माझा आनंद

प्रसाद ओक

मेहता पब्लिशिंग हाऊस

Please contact us at **Mehta Publishing House Pvt. Ltd.**
✆ +91 020-24476924 / 24460313 / Mob. No. 9545000513
Email : production@mehtapublishinghouse.com
Website : www.mehtapublishinghouse.com

- *या पुस्तकातील लेखकाची मते, घटना, वर्णने ही त्या लेखकाची असून त्याच्याशी प्रकाशक सहमत असतीलच असे नाही.*

MAZA ANAND by **PRASAD OAK**

माझा आनंद / आत्मकथन

author@mehtapublishinghouse.com

प्रकाशनाचे हक्क मेहता पब्लिशिंग हाऊस प्रा. लि.

संस्थापक : सुनील अनिल मेहता

प्रकाशक : मेहता पब्लिशिंग हाऊस प्रा. लि.
१९४१, सदाशिव पेठ, माडीवाले कॉलनी, पुणे ४११०३०

मुद्रक : ट्रिनिटी अॅकॅडमी फॉर कॉर्पोरेट ट्रेनिंग लिमिटेड

मुखपृष्ठ : सचिन गुरव

प्रकाशनकाल : सप्टेंबर, २०२२ / पुनर्मुद्रण : जून, २०२३

किंमत : ₹ २५०

P Book ISBN 9789395477543
E Book ISBN 9789395477550
E Books available on : amazonkindle Apple Books Google Play Books

---

प्रस्तावना

धर्मवीर आनंद दिघे साहेबांचा जीवनपट मांडणारा 'धर्मवीर मुक्काम पोष्ट ठाणे' हा सिनेमा १३ मे, २०२२ रोजी प्रदर्शित झाला. या चित्रपटाने इतिहास घडवला. या चित्रपटाने 'आनंद दिघे' या नावाची ताकद तर दाखवलीच; पण चित्रपट हे माध्यम किती सशक्त आहे याचाही प्रत्यय दिला. पाहायला गेलं तर मी एक सर्वसामान्य माणूस, एक साधा ठाणेकर; पण हिंदुहृदयसम्राट शिवसेनाप्रमुख मा. बाळासाहेब ठाकरे यांच्या ज्वलंत हिंदुत्ववादी विचारांनी मी भारावून गेलो. बाळासाहेबांच्या विचारांनी प्रेरित होऊन वाट धरली ती शिवसेनेच्या शाखेची. त्यानंतर माझ्या जीवनाचा एक नवा अंक सुरू झाला, जो आजतागायत सुरू आहे.

बाळासाहेबांच्या ज्वलंत हिंदुत्वाची मशाल हाती धरून एक अवलिया ठाणे जिल्ह्याच्या तळागाळात संघटना रुजवत होता, फुलवत होता, ज्यांचं नाव होतं 'आनंद दिघे.' या नावातच चुंबकत्व होतं. माणसं त्यांच्याकडे ओढली जायची. त्यांचं कर्तृत्व, सर्वसामान्य माणसांशी त्यांनी जोडलेलं माणुसकीचं नातं, कार्यकर्त्यांबद्दल असलेली आपुलकी, वेळप्रसंगी त्यांच्यासाठी काहीही करायची असलेली तयारी हे दिघे साहेबांचे गुणविशेष लोकांपर्यंत पोहोचावे, नव्या पिढीला दिघे साहेबांची ओळख व्हावी आणि त्यासाठी आपण काहीतरी करावं असा विचार गेल्या कित्येक दिवसांपासून डोक्यात होता. हा विचार सुरू असतानाच माझे मित्र मंगेश देसाई यांनी दिघे साहेबांवर चित्रपट करण्याची इच्छा बोलून दाखवली. जे दिघे साहेब आयुष्यभर माझ्यासारख्या कार्यकर्त्यांच्या पाठीशी खंबीरपणे उभे राहिले, त्या दिघे साहेबांच्या जीवनावर निर्माण होणाऱ्या कलाकृतीला पाठिंबा देणं हे माझं कर्तव्य होतं. 'तुम्ही काम

सुरू करा, मी तुम्हाला लागेल ती सगळी मदत करेन,' असं मी मंगेश यांना आश्वासन दिलं.

खरंतर मी फक्त माझा शब्द पाळला. बाकी सगळा चमत्कार निर्माते मंगेश देसाई, दिग्दर्शक प्रवीण तरडे आणि अभिनेता प्रसाद ओक या त्रयीने घडवून आणला. प्रसाद ओक यांना जेव्हा मी पहिल्यांदा दिघे साहेबांच्या वेषात पाहिलं तेव्हा क्षणभर मला भरून आलं. २१ वर्षांनंतर माझे साहेब माझ्यासमोर उभे आहेत, असं मला वाटत होतं. तो दिवस माझ्यासाठी गुरुपौर्णिमेइतकाच पवित्र होता. गुरू आपल्या शिष्याला जगायचं कसं हे शिकवतो; पण माझ्या गुरूंनी मात्र मला जगवलं आहे, जपलं आहे. २१ वर्षांनंतर माझ्या गुरूंच्या भेटीचा आनंद मला प्रसाद ओक यांनी दिला. खरंतर प्रसाद ओक यांनी दिघे साहेबांना एकदाही पाहिलं नाही; पण तरीही त्यांनी त्यांच्या अभिनयातून, कौशल्यातून अगदी हुबेहूब दिघे साहेब साकारले आहेत. यामागे त्यांनी केलेली कलेची आराधना आहे, अपार कष्ट आहेत. एखादा कलाकार परकायाप्रवेश करतो म्हणजे नेमकं काय करतो याचा अनुभव मला प्रसाद ओक जेव्हा सेटवर दिघे साहेबांच्या वेषात दिसायचे तेव्हा आला; पण एखादी भूमिका साकारताना केवळ त्यांच्यासारखं दिसून चालत नाही, तर ते व्यक्तिमत्त्व स्वत:मध्ये रुजवून, भिनवून घ्यावं लागतं. प्रसाद ओक यांनी दिघे साहेबांचं व्यक्तिमत्त्व असंच आत्मसात केलेलं होतं. त्यांनी दिघे साहेबांचा किती सूक्ष्म अभ्यास केला आहे, हे मला त्यांच्या प्रत्येक हालचालीतून जाणवत होतं.

चित्रीकरणाच्या दरम्यान मी अनेकदा चित्रपटाच्या सेटवर गेलो आहे. सेटवर असताना मी प्रसाद ओक यांचं अत्यंत बारकाईने निरीक्षण करायचो. दोन-दोन तास त्यांचा मेकअप सुरू असायचा आणि तो मेकअप सुरू असताना मी त्यांना कधीही चिडलेलं किंवा कंटाळलेलं पाहिलं नाही. त्यांना जास्त मेकअप करणं आवडत नाही हे जेव्हा कालांतराने मला कळलं तेव्हा सलग दोन-दोन तास खुर्चीतून न हलता मेकअप करणारे प्रसाद ओक मला आठवले आणि मी आश्चर्यचकित झालो. सलग बारा-बारा तास ते दाढी, विग, मिशी आणि दात लावून फिरायचे; पण कधीही त्यांच्या चेहऱ्यावर थकवा किंवा त्यांच्या वागण्या-बोलण्यात त्रागा दिसला नाही. सेटवर ते अत्यंत शांत असायचे.

भूमिकेचं पावित्र्य कसं जपायचं हे चित्रीकरणाच्या दिवसांत प्रसाद ओक यांचा वावर ज्यांनी पाहिला त्यांच्या सहज लक्षात येईल. त्या भूमिकेचा आब आणि ताब प्रसाद ओक यांनी इतक्या प्रामाणिकपणे जपला की सेटवर जेव्हा जेव्हा ते माझ्यासमोर यायचे, तेव्हा ते प्रसाद ओक आहेत हे विसरून साक्षात आमचे साहेब समोर उभे आहेत, या भावनेने मी उठून उभा राहिलेलो आहे. एका प्रतिभासंपन्न अभिनेत्याच्या अभिनयाची काय ताकद असते याचा अनुभव मला प्रसाद ओक यांच्याकडे पाहून येत होता.

जेव्हा मी पहिल्यांदाच सेटवर गेलो होतो, तेव्हा आपण वर्तमानात नाही तर भूतकाळात आहोत असं वाटतं होतं. समोर आनंद आश्रम होता, प्रसाद ओक यांच्या रूपाने दिघे साहेब तिथे बसले होते. आनंद आश्रमातली कार्यकर्त्यांची लगबग सुरू होती आणि त्या गर्दीत माझी नजर स्वतःलाच शोधत होती. तेवढ्यात कोणीतरी हाक मारली, मी भानावर आलो. मला वास्तवाची जाणीव झाली आणि मला भावना अनावर झाल्या. कोणाशीही काहीही न बोलता मी तिथून निघून आलो. माझ्या या वागण्याचा त्यावेळी कोणालाच उलगडा झाला नाही. मग मी सचिन जोशीकडून निरोप पाठवला आणि इतकंच सांगितलं, 'माझ्या भूतकाळातले क्षण माझ्यासमोर मूर्त रूप धारण करत होते. माझे साहेब मला समोर दिसत होते, त्यांची 'एकनाथ' ही प्रेमळ हाक कानात घुमत होती. आणखी काही वेळ तिथे थांबलो असतो, तर स्वतःला बांध घालू शकलो नसतो...म्हणून निघून आलो.'

ही केवळ माझीच अवस्था होती असं नाही, 'धर्मवीर मुक्काम पोष्ट ठाणे' हा सिनेमा पाहिल्यानंतर मला अनेकांनी फोन करून, भेटून सांगितलं की 'प्रसाद ओक' यांच्या रूपाने आम्हाला आमचे दिघे साहेब पुन्हा भेटले. ज्यांना दिघे साहेबांचा प्रदीर्घ सहवास लाभला आहे, असे माझ्यासारखे अनेक कार्यकर्ते 'दिघे साहेब आपल्यात नाहीत' असं मानतच नाहीत. ते आपल्यासोबतच आहेत, त्यांचे आशीर्वाद सदैव आमच्या पाठीशी आहेत अशी आमची दृढ श्रद्धा आहे. प्रसाद ओक यांनी हुबेहूब वठवलेली भूमिका पाहून आमची श्रद्धा खरी आहे याची प्रचिती आली.

या चित्रपटाचा संपूर्ण प्रवास 'माझा आनंद' या पुस्तकाच्या रूपाने

महाराष्ट्रासमोर येत आहे. चित्रपटाच्या माध्यमातून दिघे साहेब कसे होते हे सगळ्यांनी अनुभवलं; पण दिघे साहेब साकारणं ही काही सोपी गोष्ट नव्हती. मला खात्री आहे, दिघे साहेबांवर आधारित सिनेमाने तुम्हा सगळ्यांना जेवढा आनंद दिला, तेवढाच आनंद त्या चित्रपटाचा प्रवास वाचताना तुम्हा वाचकांना मिळेल. मंगेश देसाई, प्रवीण तरडे, प्रसाद ओक आणि सगळ्या टीमला मी मन:पूर्वक शुभेच्छा देतो. त्यांच्या हातून अशाच उत्तमोत्तम कलाकृतींची निर्मिती होवो, अशी मी आई दुर्ग दुर्गेश्वरीकडे प्रार्थना करतो.

– श्री. एकनाथ संभाजी शिंदे

मुख्यमंत्री (महाराष्ट्र राज्य)

मनोगत

काळाला जर थांबवता आलं असतं तर २९ एप्रिल ते ३ जून या दरम्यानचे सगळे दिवस मला थांबवून ठेवायला फार आवडले असते. किंवा मागे जाऊन तेच दिवस पुन्हा जगायला, अनुभवायला आवडले असते; पण काळ थांबवता येत नाही. काळाला पॉज किंवा रिवाइंडचं बटण नसतं. तो अविरत पुढे जात असतो आणि आपल्याला त्याच्यासोबत अव्याहत चालायचं असतं. काळ जरी थांबवता येत नसला तरी २९ एप्रिल ते ३ जून हा काळ मी माझ्या स्मृतिपटलावर कायमचा कोरून ठेवलाय. हे दिवस म्हणजे माझ्या मर्मबंधातली ठेव आहेत. २९ एप्रिलला 'चंद्रमुखी' सिनेमा मी तुमच्यासमोर ठेवला, ज्यावर तुम्ही भरभरून प्रेम केलंत. त्यानंतर १५ दिवसांत १३ मे या दिवशी मी 'धर्मवीर'च्या रूपाने तुम्हाला भेटलो. १३ मे नंतर कारकिर्दीचा सुवर्णकाळ म्हणजे काय हे मी अनुभवत होतो. माझ्या दोन्ही चित्रपटांनी सिनेमागृहात ५१ दिवसांचा टप्पा प्रेक्षकांच्या गर्दीत यशस्वीरीत्या पार केला. एक अभिनेता म्हणून, एक दिग्दर्शक म्हणून माझ्यासाठी हा सर्वोच्च आनंद आहे.

एखादी कलाकृती मोठी होते, अजरामर होते, लोक अक्षरशः डोक्यावर घेतात, त्याचा आनंद असतोच; पण

ती कलाकृती निर्माण करण्यासाठी, यशस्वी होण्यासाठी, असंख्य लोकांनी प्रचंड कष्ट उपसलेले असतात. आम्ही कलाकार आहोत. आमचे चेहरे, आमचं काम तुम्हाला दिसतं; पण जेव्हा आम्ही पडद्यावर उभे असतो, तेव्हा असंख्य अदृश्य हात आम्हाला आधार देण्यासाठी आमच्या मागे उभे असतात. मुलाखतींच्या माध्यमातून सिनेमाचा, आमचा प्रवास तुमच्यापर्यंत आम्ही पोहोचवत असतो; पण असे असंख्य घटक असतात, प्रसंग असतात, त्यांचा उल्लेख कायमच राहून जातो. कलाकारांसोबतच त्या सगळ्यांच्या कामाची दखल महाराष्ट्राने घ्यावी, आमच्याप्रमाणेच त्यांचंही काम लोकांसमोर यावं म्हणून या पुस्तकाचा घाट घातला आहे. चित्रपट, नाटकांच्या निमित्ताने आम्हा कलाकारांना तुमच्या मनात हक्काचं स्थान आहेच; पण या पुस्तकाच्या निमित्ताने महाराष्ट्रातल्या असंख्य घरांमध्ये माझा एक हक्काचा कोपरा असावा, असाही यामागे हेतू आहे.

चित्रपट घडत असताना पडद्यामागेही अनेक कथानकं घडत असतात, जी सिनेमाइतकीच मनोरंजन करणारी असतात, शिकवणारी असतात. सिनेमा घडत असताना पडद्यामागे नेमकं काय घडत होतं, हे तुमच्यासमोर मांडण्यासाठी हा पुस्तकाचा हट्ट.

वयाची ४५ वर्षं ओलांडल्यानंतर आणि ९० चित्रपट झाल्यानंतर जेव्हा एखाद्या अभिनेत्याच्या नशिबात असा टायटल रोल येतो, तेव्हा ती भूमिका उभी करण्यासाठी काय काय करावं लागलं, कोणती आव्हानं समोर होती, ऐनवेळी कोणत्या समस्यांना तोंड द्यावं लागलं, आशा-निराशेचा खेळ कसा रंगला आणि या कालखंडाने नेमकं काय दिलं आणि काय शिकवलं हे सगळं तुमच्यासमोर मांडण्यासाठी आणि अभिनय क्षेत्रात करिअर करू इच्छिणाऱ्या पुढच्या पिढीला मार्गदर्शन मिळावं, यशाची खरी किंमत कळावी, कष्टाचं महत्त्व कळावं, या हेतूने ही पुस्तकाची संकल्पना.

मी किती मोठा आहे, माझा सिनेमा कसा उत्तम आहे हे दाखवण्याचा माझा अट्टहास मुळीच नाही. नटराजाला साक्षी मानून मी जेवढ्या प्रामाणिकपणे अभिनेता आणि दिग्दर्शक म्हणून काम करतो, त्याच प्रामाणिकतेने सरस्वतीला साक्षी मानून आमच्या सगळ्यांचे प्रयत्न, एखादी कलाकृती उभी करण्याचा ध्यास तुमच्यापर्यंत पोहोचावा एवढीच

या पुस्तकामागची निर्मळ भावना. या सगळ्या काळाचं वर्णन मी ‘आनंदयात्रा’ असं करतो; कारण एक अभिनेता म्हणून निर्भेळ आनंद याच काळाने मला दिला. कदाचित म्हणूनच पुस्तकाच्या नावाचा विचार करताना माझ्या डोक्यात सगळ्यात पहिल्यांदा ‘माझा आनंद’ हे नाव आलं असावं. या चित्रपटात संधी मिळणं हा ‘माझा आनंद’ होता. मला पहिल्यांदा दिघे साहेबांच्या वेशात पाहिल्यावर ‘तूच माझा आनंद आहेस’ असं अरुणाताईंनी मला म्हणणं हा ‘माझा आनंद’ होता. वीस-बावीस वर्षांची मैत्री असूनही प्रवीणसोबत इतकं मोठं काम करणं, त्याच्या दिग्दर्शनाचा, लिखाणाचा, त्याच्या कार्यपद्धतीचा अनुभव घेणं हा ‘माझा आनंद’ होता. मंगेशसारखा जुना मित्र यशस्वी निर्माता होणं हा ‘माझा आनंद’ होता. एकनाथ शिंदे साहेबांसारख्या मोठ्या माणसाच्या संपर्कात येणं हा ‘माझा आनंद’ होता. या पुस्तकाचं सुंदर मुखपृष्ठ सचिन गुरव सारख्या कलाकाराने साकारणं हा ‘माझा आनंद’ होता.

तो आनंद मी आज तुमच्या हाती सुपूर्द करतोय, हासुद्धा ‘माझा आनंद’ आहेच. मला आशा आहे, की जेवढं प्रेम तुम्ही ‘धर्मवीर’ या सिनेमावर केलं, तेवढंच प्रेम या सिनेमाचा प्रवास सांगणाऱ्या, माझी आनंदयात्रा मांडणाऱ्या ‘माझा आनंद’ या पुस्तकावरही कराल.

– प्रसाद ओक

अनुक्रमणिका

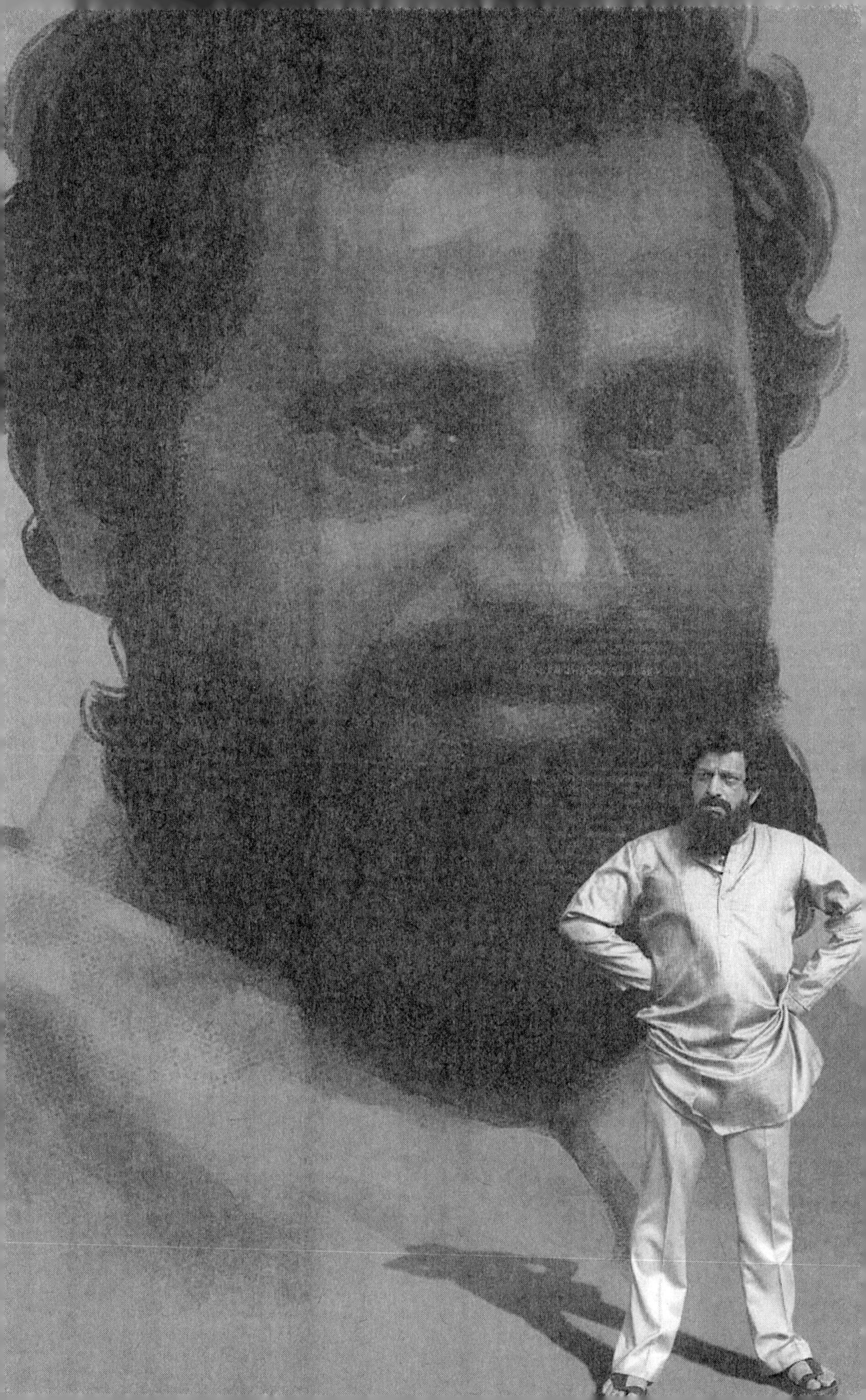

‘१२ मे’ची रात्र

मला तो दिवस आजही लख्ख आठवतो, खासकरून त्या दिवसाची रात्र. सकाळपासूनच मला एक वेगळी अस्वस्थता व्यापून होती. ‘१२ मे’चा दिवस, माझी रोजची कामं सुरू होती, गाठीभेटी सुरू होत्या; पण सगळं अगदी यंत्रवत् सुरू होतं. मी प्रचंड बेचैन होतो, अशांत होतो. मला स्वतःला माझी अस्वस्थता, अशांतता कळत होती; पण माझ्या आजूबाजूच्या लोकांना, माझ्या घरातल्या माणसांना, मला त्याची अजिबात जाणीव होऊ द्यायची नव्हती, आणि त्यामुळेच मी अगदी व्यवस्थित आहे, सगळं काही नॉर्मल आहे, असं वरकरणी दाखवण्याचा पुरेपूर प्रयत्न करत होतो.

जसजसा तो दिवस मावळत होता, तसतसा माझ्या मनावरचा दडपणाचा अंधारही जास्त गडद होत होता. दिवसभराची कामं मार्गी लावून आणि संध्याकाळचा तो कार्यक्रम आटोपून मी घरी आलो; पण तो केवळ शरीराने. मन? ते कुठे थाऱ्यावर होतं? मंजिरी घरी होती. तिने माझा चेहरा पाहिला आणि विचारलं, “प्रसाद, खूप दमलायस का?”

त्या क्षणी माझ्या मनात जे वादळ उठलं होतं त्याचा परिणाम मला मंजिरीवर होऊ द्यायचा नव्हता; कारण गेल्या काही दिवसांतल्या धावपळीमुळे तीसुद्धा थकली होती. त्यामुळे चेहरा शक्य तेवढा हसरा ठेवत मी म्हणालो,

"छे गं! दमलो नाहीये, आज खूप उकडतंय, त्यात जरा उन्हात फिरणं झालं. त्यामुळे तुला असं वाटलं असेल." मी विषयाला बगल दिली आणि फ्रेश व्हायला आत गेलो.

जेवण झालं, लवकर झोप येणं शक्यच नव्हतं. त्यामुळे हॉलमध्ये येऊन खुर्चीत बसलो. डोक्यातल्या विचारांना जरा वेगळी दिशा देण्यासाठी माझ्या पुढच्या चित्रपटाचं 'भद्रकाली'चं स्क्रिप्ट वाचायचा प्रयत्न केला खरा; पण काही वेळाने लक्षात आलं की आपण फक्त शब्दांवरून नजर फिरवतोय. जे वाचतोय त्यातलं काहीही लक्षात येत नाहीये आणि लक्षात राहतही नाहीये. स्क्रिप्ट मिटलं, बाजूला ठेवलं. वर्तमानपत्र हातात घेतलं. सकाळी लवकर बाहेर पडलेलो, त्यामुळे आज पेपर वाचता आला नव्हता. पेपर वाचायला सुरुवात केली. वाचता वाचता जाहिरातींच्या पानावर आलो आणि माझे डोळे थबकले. ज्या विचारांपासून मी स्वत:ला वेगळं करू पाहत होतो, ते दोन्ही विचार वर्तमानपत्राच्या एकाच पानावर जाहिरातींच्या रूपात अगदी बाजूबाजूला होते.

एक जाहिरात होती, दोन आठवड्यांपूर्वी महाराष्ट्रभरात प्रदर्शित झालेल्या 'चंद्रमुखी' सिनेमाची, ज्याचं दिग्दर्शन मी केलं होतं, आणि दुसरी जाहिरात होती दुसऱ्या दिवशी म्हणजे '१३ मे'ला प्रदर्शित होणाऱ्या 'धर्मवीर मुक्काम पोस्ट ठाणे' या सिनेमाची, ज्या सिनेमासाठी, ज्या भूमिकेसाठी मी आजवरचा सगळा अनुभव पणाला लावला होता, जी भूमिका मिळावी म्हणून मी प्रचंड आग्रही होतो. एकीकडे चंद्रमुखी आपल्या मधाळ हास्याने माझ्याकडे पाहत होती आणि दुसरीकडे माझ्याच रूपातले धर्मवीर रोखून माझ्याकडे पाहत होते. चंद्रमुखीवर मी जीव लावलेला आणि धर्मवीरसाठी मी जीव ओतलेला; पण त्या क्षणी मी त्रयस्थ आणि तटस्थपणे त्यांच्याकडे पाहत होतो. दोन आठवड्यांत 'चंद्रमुखी'ला प्रेक्षकांनी उदंड प्रतिसाद दिला होता. तोच 'चंद्रमुखी' सिनेमा दिमाखदारपणे उद्या तिसऱ्या आठवड्यात प्रवेश करत होता, आणि उद्या त्याच 'चंद्रमुखी'समोर 'धर्मवीर' सिनेमा तब्बल दहा हजार शोज्च्या माध्यमातून प्रेक्षकांच्या भेटीला येत होता. 'धर्मवीर' सिनेमासुद्धा आता माझं स्वप्न झालं होतं, माझ्यातल्या अभिनेत्याचा, गेल्या कित्येक वर्षांच्या अनुभवाचा तो कस होता; कारण इतक्या वर्षांच्या करिअरमध्ये मी पहिल्यांदा टायटल रोल करत होतो. त्यामुळे प्रेक्षक सिनेमाला कसं

स्वीकारतील? लोकांना सिनेमा आवडेल का? त्यात हा राजकीय चरित्रपट, त्यामुळे वेगवेगळ्या मतप्रवाहांचा त्यावर काय परिणाम होईल? या सगळ्या विचारांची भुतं माझ्यासमोर फेर धरून नाचत होती. माध्यमांमध्ये सिनेमाची परीक्षणं आली होती; पण कटाक्षाने एकही परीक्षण पाहिलं किंवा वाचलं नव्हतं; कारण मला थेट सर्वसामान्य लोकांच्या प्रतिक्रिया ऐकायच्या होत्या.

'चंद्रमुखी'च्या मागे एकच निर्माता होता; पण 'धर्मवीर'सोबत मंगेश देसाई आणि झी स्टुडिओज हे नाव जोडलेलं होतं. त्यामुळे 'धर्मवीर'समोर 'चंद्रमुखी'चं काय, हा प्रश्न माझ्यातला दिग्दर्शक मला सतत विचारत होता. तर दुसरीकडे माझ्यातला अभिनेता मला 'धर्मवीर' सिनेमाकडे ओढत नेत होता. त्या रात्री माझं माझ्याशीच असं द्वंद्व सुरू होतं. माझ्या डोळ्यांसमोर पेपर तसाच होता. रात्रीचे साधारण साडे बारा वाजले असतील. मंजिरी गेली पाच मिनिटं माझ्या मागे येऊन उभी राहिली होती; पण या विचारांच्या काहुरात ती तिथे उभी आहे याची मला साधी जाणीवही झाली नव्हती.

तिने माझ्या खांद्यावर हात ठेवला, मी भानावर आलो, मागे वळून पाहिलं. एका क्षणात तिने माझे डोळे वाचले आणि ती म्हणाली, "प्रसाद, जास्त विचार करू नकोस, माझा तुझ्यावर पूर्ण विश्वास आहे आणि लक्षात ठेव, उद्याचा दिवस तुझाच आहे." त्या क्षणी तिचा खांद्यावर असलेला हात मला आश्वस्त करत होता, त्या क्षणीही ती नेहमीप्रमाणे माझ्यामागे खंबीरपणे उभी होती.

साधारण दीडच्या सुमारास मला झोप लागली असेल, झोपताना मी आठवणीने चारचा गजर लावून झोपलो; कारण उद्याच्या दिवसाची सुरुवातच वाजतगाजत आणि अगदी दणक्यात होणार होती. गजर व्हायच्या पाच मिनिटं आधीच मला जाग आली. त्या रात्री कदाचित माझं फक्त शरीर झोपलं होतं, मन मात्र जागंच होतं. अवघ्या अडीच तासांची झोप घेतली होती; पण त्याचा कोणताही परिणाम माझ्या चेहऱ्यावर दिसत नव्हता. कालचं विचारांचं वादळ विरून गेलं होतं, मनावरचं दडपण नाहीसं झालं होतं, प्रसन्न वाटत होतं. आता विचार करायला वेळ नव्हता; कारण मन धाव घेत होतं ठाण्याकडे. खरंतर 'धर्मवीर'च्या निमित्ताने गेले सहा-सात महिने मी असंख्यवेळा ठाण्याला

आलो; पण आज मात्र ठाण्याकडे जाण्याची काहीशी वेगळीच ओढ मनाला लागली होती.

पावणे सहा वाजता आम्ही विवियाना मॉलमध्ये पोहोचलो. मॉलमध्ये प्रचंड गर्दी होती. एखाद्या लग्नसोहळ्याला ज्या उत्साहाने माणसं येतात, त्याच उत्साहात ते सगळे तिथे जमले होते. मॉलमध्ये दिघे साहेबांची एक मोठी प्रतिमा उभी केली होती. लोकांमधून वाट काढत, त्यांच्या शुभेच्छांचा स्वीकार करत आम्ही त्या प्रतिमेजवळ येऊन थांबलो. एकनाथ शिंदे साहेबही तिथे पोहोचले होते.

पूजा सुरू झाली आणि मंत्रोच्चाराच्या स्वरांनी मी भानावर आलो. शिंदे साहेबांच्या हस्ते, माझ्या हस्ते आणि मंगेशच्या हस्ते दिघे साहेबांच्या प्रतिमेला दुग्धाभिषेक घालण्यात आला. त्या भारलेल्या वातावरणाने माझ्या मनावरचा भार हलका करण्यात आणखी हातभार लावला. मी आजूबाजूच्या लोकांकडे पाहत होतो, अनेकजण दिघे साहेबांच्या प्रतिमेकडे भक्तिभावाने पाहत होते. त्या क्षणी माझ्या लक्षात आलं, की इथे आलेली माणसं ही केवळ सिनेमा पाहण्यासाठी आलेली नाहीत तर ती पडद्यावर का होईना, पण चालतेबोलते दिघे साहेब पाहण्यासाठी आलेली आहेत. त्यांच्यावरच्या प्रेमाखातर सिनेमाचा पहिला शो पाहण्यासाठी आली आहेत आणि मला पुन्हा एकदा माझ्यावरच्या जबाबदारीची जाणीव झाली. मी शिंदे साहेबांकडे पाहिलं, नेहमीप्रमाणे त्यांच्या चेहऱ्यावर शांत भाव होते, मंगेशही शांत दिसत होता, त्याच्या चेहऱ्यावर एक वेगळाच आत्मविश्वास दिसत होता; पण मला मात्र पुन्हा अस्वस्थ वाटत होतं; कारण पुढच्या दहा मिनिटांत शो सुरू होणार होता. माझं अभिनयकौशल्य वापरत त्या क्षणी मी सगळ्यांशी अगदी हसत बोलत होतो.

'दिघे साहेब जिंदाबाद'च्या घोषणांनी अवघा मॉल दणाणून गेला होता आणि त्याच वातावरणात आम्ही थिएटरमध्ये प्रवेश केला. सिनेमा सुरू व्हायला काही मिनिटं शिल्लक होती; पण माझी परीक्षा काही संपत नव्हती. थिएटरमध्ये माझ्यासाठी आणखी एक मोठी परीक्षा होती. ज्या धर्मवीरांची भूमिका मी सिनेमात साकारली होती, त्यांचा पट्टशिष्य माझ्या बाजूला बसून हा सिनेमा पाहणार होता. साक्षात् मा. एकनाथजी शिंदे माझ्या उजव्या बाजूला बसले होते, त्यांच्या बाजूला

मंगेश होता. माझी चलबिचल सुरू होती. जाहिराती सुरू झाल्या आणि माझी धडधड आणखी वाढली. सेन्सॉर सर्टिफिकेट आल्यानंतर तर त्या धडधडीने उच्चांक गाठला, इतका की माझी धडधड मलाच ऐकू येऊ लागली. मी दीर्घ श्वास घेतला आणि स्वतःला आतून एकदम शांत केलं.

सिनेमा सुरू झाला. सिनेमा पूर्ण तयार झाल्यानंतर मी पहिल्यांदाच तो एवढ्या मोठ्या स्क्रीनवर पाहत होतो. बाकी डबिंगच्या निमित्ताने स्टुडिओतल्या छोट्या स्क्रीनवर तुकड्यातुकड्यांत सिनेमा पाहिला होता. अर्थात् तेव्हा संवादांकडे लक्ष देणं सगळ्यात जास्त गरजेचं होतं, त्यामुळे त्या प्रक्रियेत मी सिनेमा पाहिला असं म्हणताच येणार नाही. आणि मुख्य म्हणजे यावेळी सिनेमा पाहताना प्रेक्षकांच्या लाईव्ह रिॲक्शन मला अनुभवता येणार होत्या. मी स्वत:शी खूणगाठ बांधली होती की जे चांगलं होईल ती दिघे साहेबांची पुण्याई आणि काही वाईट झालंच तर ते आपलं पाप. सिनेमा सुरू झाला. माझ्या एन्ट्रीला अजून अवकाश होता. मी प्रत्येक गोष्ट बारकाईने बघत होतो. पडद्यावर आणि पडद्यामागच्या प्रत्येकाने आपली भूमिका चोख बजावली होती, याचा प्रत्यय मला प्रत्येक फ्रेम बघताना येत होता.

सिनेमा पकड घेत होता आणि तो क्षण आला, तोच क्षण, ज्या क्षणाची मी आणि थिएटरमधला प्रत्येकजण आतुरतेने वाट पाहत होता. माझ्या एन्ट्रीचा क्षण... माझ्यासाठी ती माझी एन्ट्री होती; पण इतरांसाठी त्यांचे दिघे साहेब पडद्यावर अवतरले होते. प्रचंड टाळ्या, शिट्ट्या, जल्लोषाने थिएटर दणाणून गेलं. आजवर साऊथ स्टारच्या एन्ट्रीला अशाप्रकारे डोक्यावर घेतल्याचं मी पाहिलं होतं; पण हा क्षण आपल्याही नशिबात येईल असं मला कधीच वाटलं नव्हतं. दिघे साहेबांच्या रूपाने आणि त्यांच्या निमित्ताने मी तो क्षण अनुभवत होतो, माझ्या अंगावर रोमांच उभे राहिले. मी मंजिरीकडे पाहिलं, ती माझ्याकडे बघत नव्हती; पण तिच्या डोळ्यांत पाणी होतं, कृतार्थता होती आणि मला इतक्या वर्षांचे कष्ट सार्थकी लागल्याची पोचपावती मिळत होती.

माझ्याही डोळ्यांत पाणी होतं. पडद्यावरचं दृश्य धूसर होऊ लागलं, आजूबाजूला जल्लोष सुरू होता; पण आता तो माझ्या कानापर्यंत येत नव्हता. मी मनोमन हात जोडले आणि इतकंच म्हणालो 'इदं न मम',

आता हे जे काही आहे, ते लोकांचं आहे, माय-बाप प्रेक्षकांचं आहे. लोकांसाठी आता सिनेमा पुढे सरकत होता, आणि मी मात्र फ्लॅशबॅकमध्ये होतो, माझं मन मला मागे घेऊन गेलं, खूप मागे, जिथे या सगळ्याची सुरुवात झाली, जेव्हा मंगेशने मला पहिल्यांदा फोन केला होता.

मंगेशचा फोन आणि पहिली लुक टेस्ट

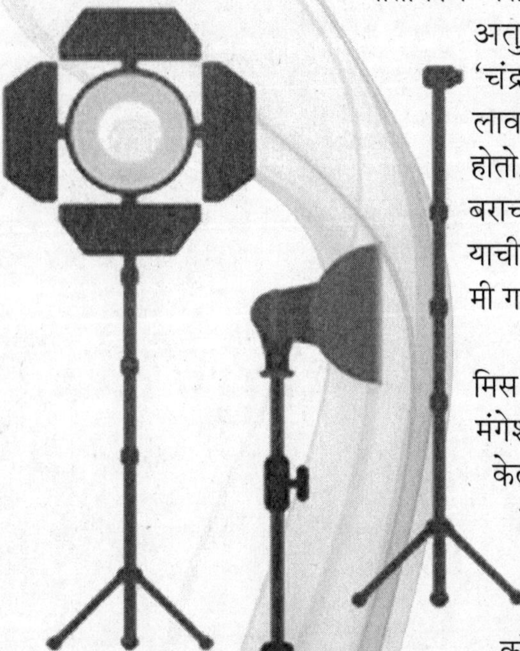

दहा नोव्हेंबरची ती सकाळ होती. नुकतीच दिवाळी होऊन गेली होती, माझ्या आजूबाजूचं वातावरण प्रसन्न होतं; कारण मी अजय-अतुलने संगीतबद्ध केलेल्या 'चंद्रमुखी'तल्या 'बाई गं' या लावणीचा फायनल ट्रॅक ऐकत होतो. साधारण दीड तासाने आपण बराच वेळ फोन पाहिला नाही, याची मला जाणीव झाली आणि मी गाणं बंद करून फोनकडे वळलो.

पाहिलं तर मंगेशचे पाच-सहा मिस कॉल होते. एवढ्या सकाळी मंगेशने मला लागोपाठ इतके कॉल केल्याचं आश्चर्यही वाटलं; पण विचारात वेळ न दवडता मी त्याला लगेच कॉल केला.

"पश्या, अरे किती वेळ कॉल करत होतो तुला, कुठे हरवला होतास तू?" त्याचा आवाज थोडा त्रासलेला वाटला.

माझ्या उत्तराची वाट न पाहता

त्याने पुढचा प्रश्न विचारला, "बरं मला सांग, १४ तारखेला काय करतोयस? त्या दिवशी सकाळी ९ ते दुपारी २ असे तुझे पाच तास मला हवे आहेत."

खरंतर १४ तारखेला मला काही शूट्ससाठी जायचं होतं; पण ते संध्याकाळी पाच नंतर. मी सकाळचा वेळ मंगेशला देऊच शकत होतो. त्यामुळे का? कशासाठी? काय काम आहे? असे कोणतेही प्रश्न त्याला न विचारता, आणि त्याच्या प्रश्नावर क्षणाचाही विलंब न करता मी हो म्हणालो. आणि जरी, त्या दिवशी आणखी काही कामं असती, तरीही मी ती पुढे-मागे करून मंगेशसाठी वेळ दिलाच असता; कारण गेल्या २० वर्षांची आमची मैत्री आहे. एकमेकांच्या आयुष्यातले चढ-उतार आम्ही खूप जवळून पाहिलेत, सुख-दुःख वाटून घेतली आहेत, त्यामुळे मंगेशला नाही म्हणण्याचा प्रश्नच उद्‌भवत नव्हता.

फोन ठेवला आणि माझं विचारचक्र सुरू झालं. 'मंगेशने का बोलावलं असेल? नेमकं काय काम असेल?' मी माझे माझे तर्क लावायला सुरुवात केली. मध्यंतरी त्याने एक निर्मिती संस्था सुरू केली आणि त्याच्या माध्यमातून त्याने शॉर्टफिल्म्स, ॲडफिल्म्स आणि काही सरकारी कामांच्या डॉक्युमेन्टरीज् करायला सुरुवात केलेली होती. त्याचसंदर्भात काहीतरी काम असेल आणि म्हणून त्याने मला बोलावलं असेल, असा विचार करून मीच माझ्या शंकेचं निरसन केलं.

१० तारखेनंतर मला १३ तारखेला सकाळी मंगेशचा फोन आला. दुसऱ्या दिवशीच्या भेटीची आठवण करून देण्यासाठी आणि भेटीचं ठिकाण सांगण्यासाठी. 'तू उद्या ९पर्यंत पोहोच. मी तुला दुपारी २पर्यंत फ्री करतो,' असं सांगून त्याने फोन ठेवला आणि लगोलग मला ठाण्यातल्या कोणत्यातरी एका हॉलचा पत्ता पाठवला. या सगळ्यात मला नेमकं कशासाठी बोलावलंय याची कल्पनाच नव्हती, त्यामुळे उद्या पाटी कोरी ठेवून जायचं असं मी ठरवलं होतं.

दुसऱ्या दिवशी ९ वाजता, ठरलेल्या वेळी मी ठरलेल्या ठिकाणी पोहोचलो. बऱ्याच अनोळखी चेहऱ्यांची तिथे गर्दी होती. मी त्या हॉलच्या तळमजल्यावर उभा राहून मंगेशची वाट पाहत होतो. तेवढ्यात दुरून एक माणूस लगबगीने माझ्या दिशेने येताना दिसला. तो मंगेशचा प्रोडक्शन मॅनेजर अतुल साळवे होता. माझ्याइथे येऊन तो मला

म्हणाला की, प्रसादजी, मंगेश सरांना यायला अजून जरा वेळ लागेल, तोवर तुम्ही पहिल्या मजल्यावर जाऊन बसा. त्याने सांगितल्याप्रमाणे मी वर येऊन बसलो. तिथेही माणसांची लगबग सुरू होती. जो विचार मी करून आलो होतो, त्यापेक्षा काहीसा वेगळा माहौल तिथे होता. डॉक्युमेंटरी किंवा ॲडफिल्मपेक्षा काहीतरी वेगळं आणि मोठं आहे याची जाणीव मला तिथलं वातावरण पाहून झाली होती. मी मंगेशची वाट पाहत होतो. तेवढ्यात पुन्हा मंगेशचा प्रोडक्शन मॅनेजर माझ्यासाठी चहा-नाश्ता घेऊन आला. चहा-नाश्ता झाला की मेकअप सुरू करा, असा मंगेशचा निरोपही त्याने सोबत आणला होता. मंगेश आला की आपल्याला इथे का बोलावलं आहे हे सांगेल, अशी मला खात्री होती.

पुढच्या १५ मिनिटांत मंगेशही तिथे आला आणि मी काही विचारायच्या आत तो म्हणाला, "प्रसाद, तू मेकअप सुरू कर, पुढचं काय ते मी तुला सांगतो."

म्हणजे आता मेकअपलाही पाटी कोरी ठेवूनच बसावं लागणार हे माझ्या लक्षात आलं आणि मी मेकअप रूमच्या दिशेने वळलो.

मेकअप रूमचा दरवाजा उघडला आणि आमच्या लाडक्या विद्याधर भट्टेकाकांनी त्यांच्या नेहमीच्या दिलखुलास हास्याने माझं स्वागत केलं. भट्टेकाका हे मराठी-हिंदी इन्डस्ट्रीतलं खूप मोठं नाव. अनेक बड्या स्टार्सच्या गळ्यातले ते ताईत. भट्टेकाकांचा हात आणि त्यांचा मेकअप ब्रश चेहऱ्यावरून फिरला की जादू होणार हे निश्चितच. इन्डस्ट्रीतले माझ्यासारखे अनेकजण भट्टेकाकांना आदराने, प्रेमाने 'परिस' म्हणतात. भट्टेकाका मेकअप करू लागले की आपण फक्त डोळे मिटून शांत बसायचं आणि डोळे उघडले की रंगभूषेच्या उत्कृष्ट आविष्काराचा अनुभव घ्यायचा. माझी आणि भट्टेकाकांची ओळख बरीच जुनी. मी दिग्दर्शित केलेल्या 'कच्चा लिंबू' या सिनेमाचं लुक डिझायनिंग भट्टेकाकांनीच केलेलं. भट्टेकाकांच्या कलेबद्दल आणि त्यांच्याबद्दल मनात प्रचंड आदर असल्याने त्यांना समोर पाहिल्यावर मी आपसूकच त्यांच्या पायाशी वाकलो. खरंतर बाहेरचा सगळा माहौल बघून ज्यासाठी आपल्याला बोलावलं आहे, तो काही छोटा प्रोजेक्ट नाही याचा अंदाज मला आलाच होता, भट्टेकाकांना तिथे बघून आता माझी खात्री पटली होती. संपूर्ण प्रोजेक्टमध्ये आपली भूमिका नेमकी काय आहे, हे ठाऊक

नसताना थेट मेकअपला बसण्याची माझ्या करिअरमधली बहुधा ही पहिलीच वेळ असावी. १४ नोव्हेंबरचा तो दिवस एक वेगळं, अनपेक्षित वळण घेऊन माझ्यासमोर उभा आहे याबद्दल मी त्या क्षणी अगदीच अनभिज्ञ होतो.

काकांनी नेहमीप्रमाणे बोटावर बेस घेतला आणि माझ्या कपाळाच्या मध्यभागी तो लावला, देवाचं स्मरण केलं आणि मेकअपचा श्रीगणेशा केला. सर्वसाधारणपणे मेकअप सुरू केला की मेकअप आर्टिस्ट आधी चेहऱ्यातल्या त्रुटी दूर करतो. डोळ्यांखाली काळी वर्तुळं असतील तर ती पहिल्यांदा बेस लावून कव्हर केली जातात. चेहऱ्यावर पॅच असतील तर तो भाग चेहऱ्याच्या इतर भागात असलेल्या स्किनटोनशी मॅच करतात. अशा काही बेसिक गोष्टींपासून मेकअपची सुरुवात होते. माझीही तशीच अपेक्षा होती; पण मीच एका अनपेक्षित वळणावर उभा असताना पुढच्या प्रवासाची सुरुवात माझ्या अपेक्षेप्रमाणे होणं शक्यच नव्हतं.

भट्टेकाकांनी माझ्यासमोर एक पॅलेट उघडली. ती नेहमीची पॅलेट नसून वेगवेगळ्या गडद रंगांची होती, चॉकलेटी, काळा या रंगांच्या वेगवेगळ्या छटा त्यात होत्या. त्यातला काळा रंग त्यांनी हातावर घेतला आणि माझ्या डोळ्यांखाली तो लावायला सुरुवात केली. डोळ्यांखालची वर्तुळं आणखी गडद केली. काहीतरी चुकतंय असं एका क्षणी वाटलं; पण भट्टेकाकांच्या हातून चूक होणार नाही याची १०० टक्के खात्रीही होती. तेव्हा मला कुठे माहिती होतं की आज डोळ्यांखाली लागणारा हा काळा रंग खऱ्या अर्थाने माझं भाग्य उजळवणार आहे. मी सहसा मेकअप आर्टिस्टच्या कामात ढवळाढवळ करत नाही; पण या वेळी न राहवून आणि समोर भट्टेकाका असल्याने मी सहज विचारलं, "काका, हे काय करताय? नेहमीपेक्षा जरा वेगळं वाटतंय काहीतरी." माझा हा प्रश्न ऐकून भट्टेकाकांच्या चेहऱ्यावर हसू उमटलं. ते हसू तसंच ठेवत काका म्हणाले, "नेहमी जसा विश्वास ठेवता, तसाच आत्ताही ठेवा. मी पुढचा मेकअप करतो, बघूया, काय रिझल्ट येतोय ते."

'रिझल्ट' हा शब्द ऐकून माझं कुतूहल दुपटीनं वाढलं. काहीतरी वेगळं कॅरेक्टर, कोणतीतरी वेगळी भूमिका असणार याची जाणीव झाली. भट्टेकाका टप्प्याटप्प्याने मेकअप करत होते आणि क्षणाक्षणाने

माझी उत्कंठा वाढत होती. त्यात मंगेशनेही मला कसलीच कल्पना दिलेली नव्हती. भट्टेकाका डोळ्यांखालच्या काळ्या रंगात भर टाकत होते आणि त्यासोबत माझ्या डोळ्यांतली वाढत जाणारी औत्सुक्याची चमक मलाच जाणवत होती. या मेकअपमधलं वेगळेपण डोळ्यांखालच्या काळ्या वर्तुळांपर्यंतच मर्यादित नव्हतं. डोळ्यांखालचा मेकअप झाल्यानंतर भट्टेकाकांनी एक टूथब्रश बाहेर काढला. तो चॉकलेटी रंगात बुडवला आणि मला डोळे बंद करायला सांगितले. त्या ब्रशने त्यांनी चॉकलेटी रंगाचे शिंतोडे माझ्या चेहऱ्यावर उडवले आणि सतत उन्हात फिरून रापलेला चेहरा जसा दिसतो, तसा लुक त्यांनी मला दिला.

मेकअपमधलं डिटेलिंग हा भट्टेकाकांचा हातखंडा. अनेक छोट्या छोट्या गोष्टींवर काम केल्यानंतर ते म्हणाले, ''आपल्याला हवं तसं झालंय. आता आपण दाढी-मिशी लावू या.''

मेकअप वेगळा होता तोवर ठीक होतं, आता दाढी-मिशी म्हटल्यावर मी आणखीनच आश्चर्यचकित झालो. मागचं-पुढचं काहीही माहिती नसताना आपण मेकअपला बसतो, नेहमीच्या सवयीपेक्षा काहीतरी वेगळाच मेकअप करतो आणि त्यात आता दाढी-मिशीची एन्ट्री झाल्यावर औत्सुक्य, कुतूहल, आश्चर्य, नवल या सगळ्याला एकत्र करून जो काही भाव निर्माण होईल, तोच भाव त्या वेळी माझ्या मनात आणि चेहऱ्यावर होता. आता माझ्या विचारांनी पुन्हा वेग धरला. दाढी-मिशी म्हणजे नक्कीच कोणतातरी ऐतिहासिक सिनेमा असेल, आणि त्यात आपल्याला एखादा रोल द्यायचा असेल, आणि त्याच्याच लुक टेस्टसाठी मंगेशने मला बोलावलंय, अशी मीच माझ्या मनाची समजूत घालत होतो; कारण या आधीही मी ऐतिहासिक चित्रपटांमध्ये भूमिका साकारलेल्या आहेत; पण या विचाराने माझं समाधान काही झालं नाही आणि मी भट्टेकाकांना प्रश्न विचारला, ''काका, आपण दाढी-मिशी का लावतोय?'' पण, आता काकाही माझी परीक्षा पाहत होते. त्यांच्या चेहऱ्यावर मिश्कील भाव होते. जरा मस्करीच्याच सुरात काका म्हणाले, ''दाढी- मिशी तर लावावीच लागेल, त्याशिवाय लुक पूर्णच होणार नाही. अहो, दाढी आणि मिशीच तर या लुकची खरी ओळख आहे.'' काकांचं हे उत्तर ऐकून मी माझ्या मनातले सगळे प्रश्न, सगळे भाव आवरते घेतले. ''आता तुम्ही जे कराल ते'' असं त्यांना म्हटलं आणि

मी डोळे मिटले.

भट्टेकाकांनी त्यांच्या पिशवीतून एक मोठी दाढी काढली. आता आपण त्यांना प्रश्न विचारून डिस्टर्ब करायचं नाही, असं मी ठरवलं होतं; त्यामुळे एवढी मोठी आणि विस्कटलेली ती दाढी पाहूनसुद्धा मी त्यांना आणखी काही विचारलं नाही. त्यांनी ती दाढी माझ्या चेहऱ्यावर चिकटवली. त्यानंतर झुपकेदार म्हणता येणार नाही; पण लांबीने मोठी आणि बऱ्यापैकी जाड असलेली मिशीही त्यांनी लावली. "आता विग लावला की झालं" असं भट्टेकाका म्हणाले. एखाद्या ऐतिहासिक सिनेमातली कोणतीतरी रांगडी भूमिका असेल, असाच माझ्या डोक्यात विचार सुरू होता, त्यामुळे लांब केसांचा विग असेल असं मला वाटत होतं. हा विचार सुरू असताना माझ्यासमोर जो विग आला तो अत्यंत साधा, दाढीसारखाच विस्कटलेला आणि जाड कुरळ्या केसांचा होता. त्यांनी तो विग लावायला सुरुवात केली. आता मात्र माझा संयम संपला होता. आता अधलंमधलं काहीही न विचारता, मी थेट मुद्द्यालाच हात घातला आणि भट्टेकाकांना विचारलं, "काका, काय करतोय आपण? कोणता लुक आहे हा? नेमकी काय भूमिका आहे?" माझ्या आवाजातली कळकळ पाहून काकाही जरा गंभीर झाले आणि म्हणाले, "म्हणजे तुम्हाला काहीच माहिती नाही का? मला वाटलं मंगेशने तुम्हाला कल्पना दिली असेल. तुम्ही एक काम करा, मी हा विग लावतो, तो लावून झाला की एकदा बाहेर मंगेशशी बोलून या." काकांच्या या वाक्यावर मी नुसतीच मान हलवली.

विग लावून झाल्यावर मी बाहेर आलो. मंगेशला फोन केला. मंगेश वर आला; पण आता माझ्यावर पुन्हा आश्चर्यचकित होण्याची वेळ आली. आपण एखाद्या सस्पेन्स सिनेमात काम करतोय असं त्या क्षणी वाटत होतं. या स्क्रिप्टमधले धक्के संपतच नव्हते; कारण मंगेश वर येताना सोबत साक्षात प्रवीण तरडेला घेऊन आला होता. जशी मंगेश आणि माझी जुनी मैत्री, तशीच प्रवीण आणि माझीही जुनी ओळख, त्यामुळे ती भेट अनपेक्षित असली तरी औपचारिक नक्कीच नव्हती. दोन-तीन मिनिटं बोलून झाल्यावर प्रवीण मला म्हणाला, "प्रसाद, तू उरलेला मेकअप करून ये, मग आपण पुढचं बोलू." याचा अर्थ प्रवीणलासुद्धा सगळ्याची कल्पना होती. म्हणजे तिथे मी एकटाच असा

होतो, ज्याला नेमकं काय सुरू आहे याची पुसटशीही कल्पना नव्हती. अभ्यास न करता आपण एखाद्या परीक्षेला जातो, परीक्षा सुरू होते, आजूबाजूच्या सगळ्या मुलांना सगळं काही येत असतं, आणि आपल्याला काहीच येत नाही या विचाराने आपण भांबावून आजूबाजूला पाहत असतो, तशी काहीशी अवस्था माझी त्या क्षणी होती; पण आता मीही चंग बांधला, ही सगळी सव्यापसव्यं नेमकी कशासाठी सुरू आहेत हे कळत नाही, तोपर्यंत आता पुढे काहीही करायचं नाही. मी, प्रवीण आणि मंगेशला म्हणालो, हट्टच धरला म्हणा ना!

"ते मेकअप, गेटअप सगळं ठीक आहे; पण हे सगळं काय सुरू आहे, कशासाठी सुरू आहे, ते आधी मला सांगा, त्याशिवाय आता मी काहीही करणार नाही."

तेव्हा मंगेश मला म्हणाला, "पश्या, मी 'धर्मवीर' नावाच्या एका सिनेमाची निर्मिती करतोय आणि त्याच्याच लुकटेस्टसाठी तुला बोलावलं आहे."

मी चमकून मंगेशकडे पाहिलं. तो तसाच शांत आणि निर्विकार होता. मी मात्र जरा हादरलोच होतो. दोन क्षणांत मी स्वतःला सावरलं आणि पुढचा प्रश्न विचारला, "धर्मवीर म्हणजे, ठाण्याचे आनंद दिघे साहेब? त्यांनाच 'धर्मवीर' म्हणायचे."

आधीच्याच शांततेत त्याने 'हो' असं उत्तर दिलं. माझं चाचपडणं सुरू होतं. मी त्याला पुढे विचारलं, "बरं, मग यात माझी भूमिका काय असेल? मी नेमकं काय करायचंय?"

आता मात्र त्याच्या निर्विकार चेहऱ्यावर एक हसू होतं. त्याने माझ्या खांद्यावर हात ठेवला आणि तो मला म्हणाला, "शिवसेनेचे ठाणे जिल्हा प्रमुख, धर्मवीर आनंद दिघे साहेबांच्या भूमिकेसाठी तुझा विचार करतोय."

त्याचे हे शब्द ऐकल्यावर मी तीनताड उडालो आणि त्याच्यावर प्रश्नांची सरबत्तीच केली. "मंगेश, अरे बरा आहेस ना तू? काय बोलतोयस? भानावर आहेस का? अचानक असे बॉम्ब काय टाकतोस तू माझ्यावर? अचानक एक दिवस फोन करतोस, वेळ दे म्हणतोस, काहीही न सांगता मेकअपला बसवतोस, एवढ्या मोठ्या रोलसाठी माझा विचार करतोस आणि मला साधं सांगतही नाहीस, कल्पनाही देत

नाहीस. मी भूमिकेचा साधा विचार केला नाही, काही अभ्यास केला नाही. असं कुठे असतं का?'' मी जवळजवळ एका दमात हे सगळं बोलून टाकलं.

मंगेश मात्र जराही विचलित झाला नव्हता. तो म्हणाला, ''पश्या, अरे, शांत हो आधी. मुद्दामूनच नाही सांगितलं; कारण तुझी पाटी कोरीच हवी होती मला; कारण तुझ्या अभिनयाबाबत तिळमात्रही शंका नाहीये; पण आत्ता केवळ तुझा लुक पाहायचा आहे. तुझा लुक हा सिनेमाचा मुख्य गाभा असेल. आणि आत्ता केवळ आपण लुक टेस्ट करतोय. त्यांच्या चेहऱ्याच्या जवळपास जाणारा कोणता चेहरा आहे त्याची चाचपणी करतोय. त्यामुळे आता निश्चिंत राहा. कोणताही ताण न घेता पुढे हो, आम्ही आहोतच तुझ्यासोबत.''

आता माझी चलबिचल जरा कमी झाली होती. कुतूहल काहीसं शमलं होतं आणि माझ्यातला अभिनेता मला आतून धडका देऊ लागला होता. प्रत्येक अभिनेता हा त्याच्यासमोर आलेल्या संधीसाठी, उत्कृष्ट भूमिकेसाठी पझेसिव्ह असतो, ती भूमिका आपल्यालाच मिळावी यासाठी आग्रही असतो. मी तरी त्याला कसा अपवाद असेन? माझ्यासमोर या भूमिकेच्या निमित्ताने खूप मोठी संधी चालून आलेली. त्यात गेल्या पाच-सहा वर्षांत माझ्यातल्या अभिनेत्याला आव्हान देणारं, अभिनयाचा कस लागेल असं काम मला मिळालं नव्हतं. गेल्या सहा वर्षांत मी 'हिरकणी,' 'कच्चा लिंबू' आणि 'चंद्रमुखी' अशा तीन सिनेमांचं दिग्दर्शन केलं, त्यामुळे माझ्यातल्या दिग्दर्शकाला न्याय देताना, अभिनेत्याकडे नाही म्हटलं तरी माझं काहीसं दुर्लक्षच झालं होतं; पण त्यामुळे अनेकांचा असा गैरसमज झाला की आता मी अभिनयाला कायमचा रामराम करून दिग्दर्शकाचीच भूमिका स्वीकारली आहे. अशा चर्चा माझ्या कानावर सातत्याने येत असताना आता मला खुणावत होता, तो 'धर्मवीर' सिनेमा. काय होईल, कसं होईल, काहीच माहीत नव्हतं; पण मला ती भूमिका हवी होती, मला हा सिनेमा हवा होता. मी मेकअप रूमच्या दिशेने चालत होतो आणि मनोमन स्वतःला हेच सांगत होतो, की 'प्रसाद ही संधी सोडायची नाही, हाच तो क्षण आहे, हीच ती वेळ आहे, गिअर बदलण्याची.'

मी पुन्हा मेकअप रूममध्ये आलो, माझ्या चेहऱ्यावरचे भाव पाहून

भुट्टेकाका म्हणाले, ''बसा, जास्त टेन्शन नका घेऊ. आपण पुढचा मेकअप करूया.'' त्यांनी मघाशी लावलेला विग आणखी व्यवस्थित लावला. त्यानंतर दिघे साहेब ज्या प्रकारचे कपडे घालायचे, तशा प्रकारचे काही कपडे रश्मी सावंतने आणले होते. ते कपडे घातले. त्याला साजेशा चपला घातल्या. गळ्यात वेगवेगळ्या प्रकारच्या पाचपेक्षा जास्त माळा घातल्या. इतक्यावरच हे सगळं संपत नव्हतं. त्यानंतर हातात गंडे-दोरे आले, दहाही बोटांमध्ये अंगठ्या घातल्या, काही बोटांमध्ये तर दोन दोन अंगठ्या होत्या. माझ्यासाठी हे सगळंच खूप वेगळं आणि नवीन होतं; पण आता आपण काय करतोय, कशासाठी करतोय, हे माहिती असल्याने, मला मजाही येत होती. रंगभूषा, वेशभूषा पूर्ण झाल्यानंतर भट्टेकाकांनी माझ्या कपाळावर लाल रंगाने मोठा नाम ओढला आणि मला म्हणाले, ''बसा. थोड्या वेळाने तुम्हाला बोलवतील.'' मी तिथल्याच एका खुर्चीत बसलो आणि तेवढ्यात भट्टेकाकांनी माझ्या समोरच्या टेबलवर धर्मवीर आनंद दिघे यांचा एक फोटो ठेवला, आणि ते त्या फोटोकडे आणि माझ्याकडे बघू लागले. खरंतर याआधी जेव्हा जेव्हा ठाण्यात येणं व्हायचं तेव्हा तेव्हा जवळपास प्रत्येक बॅनरवर आनंद दिघे यांचा फोटो दृष्टीस पडायचाच. पण, त्या क्षणी मी पहिल्यांदाच त्यांचा फोटो इतक्या जवळून आणि बारकाईने पाहत होतो. आपल्या आजूबाजूच्या लोकांना स्वत:कडे खेचून घेण्याची विलक्षण ताकद आनंद दिघे या व्यक्तिमत्त्वात होती, हे मी याआधी ऐकलं होतं; पण आज ते मी प्रत्यक्षात अनुभवत होतो; कारण त्यांच्या फोटोवरून माझी नजर दुसरीकडे कुठे जातच नव्हती.

हे सगळं सुरू होऊन आता जवळपास दोन-सव्वा दोन तास झाले होते. साधारण दुपारचे १२.१५ वाजले असतील. मंगेश आणि प्रवीण तळमजल्यावर उभे होते. काही लोक त्यांना भेटून जात होते. प्रोडक्शनची नेहमीची धावपळ सुरू होती, मी मात्र मला केव्हा बोलावणं येतंय याची वाट पाहत मेकअप रूममध्ये अस्वस्थपणे येरझाऱ्या घालत होतो. प्रवीण आणि मंगेश खाली उभे असताना मंगेशचा ठाण्यातला एक मित्र शशी जाधव आमच्या सगळ्यांसाठी प्रेमाखातर जेवणाचे डबे घेऊन आला होता. १२.१५ वाजून गेलेले, सकाळपासून काम करून सगळ्यांनाच भूक लागलेली. त्यामुळे मंगेश त्यांना म्हणाला, ''शशी, तू डबे घेऊन

वर जा. आम्ही जरा महत्त्वाचं बोलतोय. आमचं झालं की मागोमाग आम्ही येतोच. पुढच्या अर्ध्या तासात जेवणाचा ब्रेक घेऊ या.'' मंगेशसोबत एवढं बोलून झाल्यावर शशी जाधव वर आले. तिथल्याच एका टेबलवर त्यांनी जेवणाचे डबे मांडायला सुरुवात केली. त्याचवेळी आतमध्ये भट्टेकाका मला म्हणाले, ''प्रसादजी, तुम्ही जा, तुम्हाला बाहेर बोलावलं आहे.'' मला कळेना की, कोणी बोलवायला आलेलं नसताना मला बाहेर बोलावलंय हे भट्टेकाकांना कसं कळलं? माझ्या एकामागून एक सरप्राइज टेस्ट सुरू आहेत, असं तेव्हा मला वाटत होतं; पण मेकअपरूमच्या बाहेर पडत असताना मला याची पुसटशीही कल्पना नव्हती की शशी जाधवांच्या रूपाने आणखी एक सरप्राइज टेस्ट बाहेर माझी वाट पाहत होती.

इकडे शशी जाधव यांनी आमच्या पेटपूजेची अगदी साग्रसंगीत व्यवस्था केली होती. सगळे डबे टेबलवर मांडून ते मागे वळायला आणि धर्मवीर आनंद दिघे यांच्या रूपात मी त्यांच्यासमोर जाऊन उभं राहायला एकच गाठ पडली आणि त्यानंतर जे घडलं ते मी आजन्म विसरणार नाही. मला त्या वेशात पाहून ते शॉक लागल्यासारखे दोन-अडीच फूट मागे उडाले. त्यांच्या चेहऱ्यावर आश्चर्य, प्रेम, भीती, अविश्वास, आदर, असे सगळे भाव दाटून आले होते, क्षणाक्षणाला त्यांचे भाव बदलत होते. मला त्या रूपात बघताक्षणी त्यांच्या डोळ्यांतून त्यांच्याही नकळत पाणी येऊ लागलं. त्याचवेळी मंगेश आणि प्रवीण खालून वर आले. त्यांनी शशी जाधव यांना विचारलं, ''काय रे शशी, काय वाटतंय?'' शशी जाधवांच्या तोंडून शब्द फुटत नव्हते. त्यांची ती प्रतिक्रिया बघून मंगेशने मला मिठी मारली; पण ती मिठी सांत्वनासाठी होती की अभिनंदनासाठी हे काही माझ्या ध्यानात येत नव्हतं. मी त्याच गोंधळलेल्या नजरेने पुन्हा शशी जाधवांकडे पाहिलं. त्यांच्या डोळ्यांतले मघाचे सगळे भाव विरून त्यात आता फक्त भक्ती दिसत होती. एका मोठ्या वादळानंतर समुद्र जसा शांत होतो, तसे त्यांचे डोळे शांत होते. स्वतःला कसाबसा बांध घालत ते मंगेशला म्हणाले, ''मंगेश, अरे काय रे हे? हे तर साक्षात् आपले दिघे साहेब आहेत, साक्षात् दिघे साहेब.'' हे शब्द उच्चारतानाही त्यांचा कंठ अगदी भरून आलेला. अगदी सहज त्यांनी माझ्यासमोर हात जोडले. त्यांचा स्वतःच्या डोळ्यांवर विश्वास

बसत नव्हता. भरलेल्या डोळ्यांनी, ते डोळे भरून माझ्याकडे पाहत होते.

मंगेशने आणि प्रवीणने एकमेकांच्या हातावर टाळी दिली. मंगेशने पुन्हा एकदा मला मिठी मारली आणि म्हणाला, "पश्या, पश्या, लेका, पहिली परीक्षा कोणताही अभ्यास न करता डिस्टिंक्शनने पास झालास." त्या तिघांच्याही चेहऱ्यावर आनंद होता; पण माझी पाटी मात्र पुन्हा कोरीच. मी मंगेशला म्हणालो, "हे बघ मंगेश, सगळं व्यवस्थित उलगडून सांग. आत्ता घडलं ते नेमकं काय होतं? मी परीक्षा पास झालो म्हणजे नेमकं काय म्हणायचंय तुला?"

मंगेश म्हणाला, "ज्या शशी जाधवांनी आत्ता तुझ्यासमोर दिघे साहेब म्हणून हात जोडले, त्यांनी कित्येक वर्षं दिघे साहेबांसोबत काम केलंय, त्यांना जवळून पाहिलंय, अनुभवलंय. मी म्हणूनच त्यांना आधी वर पाठवलं, आणि भट्टेकाकांना तुला त्यांच्यासमोर पाठवायला सांगितलं; कारण तुला दिघे साहेबांच्या रूपात पाहिल्यानंतर शशीची पहिली प्रतिक्रिया काय येते, हे मला पाहायचं होतं. बघ, सगळं तुझ्या समोर घडलंय. दिघे साहेब समजून त्याने हात जोडलेत तुझ्यासमोर, आणि इथेच तू पहिला टप्पा पार केलायस." आयुष्यात पहिल्यांदा मी अशा प्रकारच्या अविश्वसनीय लुक टेस्टला सामोरा गेलो होतो, सगळंच विलक्षण होतं.

मी निःशब्द होतो. त्यांच्या डोळ्यांत उभं राहिलेलं पाणी पाहून मलाही भरून येत होतं. दिघे साहेबांबद्दल असलेल्या आदरयुक्त भीतीमुळे शशी जाधव सुरुवातीला माझ्या जवळ यायलासुद्धा घाबरत होते. कोणताही अभ्यास न करता, एखाद्या अवघड विषयाच्या पेपरला जावं, आणि त्याच विषयात आपल्याला उत्तम गुण मिळावेत अशी काहीशी माझी अवस्था होती. अर्थात् हा विषय किती अवघड आहे, आणि पुढच्या टप्प्यांवर मला त्याचा किती अभ्यास करावा लागणार आहे याची मला त्या क्षणी कल्पना नव्हती. ही फक्त सुरुवात होती. पुढच्या प्रत्येक टप्प्यावर नवी परीक्षा, नवी आव्हानं असतील याची मानसिक तयारी करायला मी सुरुवात केली होती.

त्यानंतर आमचे कॅमेरामन केदार गायकवाड यांनी व्यवस्थित लाइट्स अ‍ॅरेंज करून फोटोसेशन केलं. वेगवेगळ्या पोजमध्ये, दोन-तीन झब्बे

बदलून, असे ७०-८० फोटोज् काढले असतील. "काही संवाद किंवा मोनोलॉगही करायचा आहे का?" असं मी प्रवीणला विचारलं; पण प्रवीण म्हणाला, "आत्ताच नको, आत्ता फक्त फोटोज् काढू या. पहिली प्रतिक्रिया तर अप्रतिम मिळाली आहेच; पण यात अजूनही बऱ्याच पायऱ्या आहेत. त्या पास करून मग पुढे जाऊ या. आता तू मेकअप काढलास तरी चालेल."

मी मेकअप रूममध्ये आलो. बाहेर नेमकं काय झालं हे जाणून घेण्याची उत्सुकता भट्टेकाकांनाही होती. ही लुक टेस्ट असल्यामुळे माझ्यापेक्षा त्यांच्या कौशल्याची जास्त परीक्षा होती. मेकअप काढता काढता मी बाहेर घडलेला सगळा प्रसंग त्यांना सांगितला. 'पहिली परीक्षा पास झालास' असं मंगेश म्हणाल्याचं काकांना सांगितलं आणि त्यावर काकांनी दिलेला आशीर्वाद त्या क्षणी अत्यंत मोलाचा वाटला. काका म्हणाले, "काही काळजीच करू नका, आता यापुढच्या सगळ्या परीक्षांमध्ये तुम्ही पास होणार." मेकअप काढून झाला आणि लक्ष टेबलावर ठेवलेल्या आनंद दिघेंच्या फोटोकडे गेलं. मनात इतकंच म्हणालो, "ही भूमिका मला मिळावी अशी माझी प्रचंड इच्छा आहे. या भूमिकेसाठी मी हजार टक्के प्रयत्न करेन. आत्ता केवळ तुमचे सगळे अनुयायी जो आशीर्वाद मागतात तोच मीही मागेन 'दे तव तेजाचा अंश आम्हा दे.'"

मी बाहेर आलो. माझ्यासाठी सगळे जेवायचे थांबलेले. खरंतर आता अजिबात भूक नव्हती; पण शशी जाधवांचं प्रेम नाकारता येणार नव्हतं. त्यांच्या आग्रहाखातर दोन घास खाल्ले; पण आता भूक होती ती भूमिकेची, अभिनयाची. "पाच-सात दिवसांत पुढचा निर्णय कळवतो," असं मंगेश म्हणाला. ती लुक टेस्ट कम सरप्राइज टेस्ट आवरून मी सगळ्यांचा निरोप घेऊन निघालो. ही भूमिका मला मिळावी म्हणून संपूर्ण प्रवासात देवाचा धावा करत होतो. इतकी वर्षं ज्यासाठी झगडतोय, जिवाचं रान करतोय ते हेच आहे का माहिती नाही; पण ते हेच असावं अशी माझी मनोमन इच्छा आहे, त्यामुळे देवा, या क्षणी फक्त 'तथास्तु' म्हण. दुसरं काही नको. इतकंच मागणं देवाकडे मागत होतो. पहिल्या टप्प्यावरची परीक्षा तर पार पडली होती. आता सुरू झाली होती प्रतीक्षा... प्रतीक्षा मंगेशच्या पुढच्या फोनची.

कुछ पाने के लिए कुछ खोना पडता है।

'पुढच्या पाच-सात दिवसांत कळवतो' असं मंगेश म्हणाला; पण ती पहिली लुक टेस्ट झाल्यानंतरचा प्रत्येक दिवस ढकलणं मला फार कठीण जात होतं. लुक टेस्ट झाल्यानंतर पुढचा निर्णय येईपर्यंतचे हे मधले दिवस प्रत्येक अभिनेत्यासाठी परीक्षा पाहणारे; खरंतर अंत पाहणारे असतात. त्यात या भूमिकेसाठी मी प्रचंड आग्रही असल्याने निर्णयासाठी जेवढा जास्त वेळ लागत होता, तेवढा माझा संयम सुटत चालला होता. लुक टेस्टच्या दुसऱ्याच दिवशी काय तो निर्णय व्हावा आणि पुढचा मार्ग दिसावा, असं मला खूप आतून वाटतं होतं. गंमत बघा, जेव्हा मी दिग्दर्शकाच्या भूमिकेत असतो, तेव्हा मीच अनेकजणांना 'पुढच्या काही दिवसांत निर्णय कळवतो,' असं अनेकदा सांगतो; कारण दिग्दर्शक म्हणून मला तो वेळ आणि ते दिवस गरजेचे वाटत असतात;

पण आता या वेळी मात्र ज्यांना ज्यांना मी अशी वाट पाहायला लावली, त्या सगळ्यांची प्रतीक्षा एकत्र होऊन बदला घ्यायला माझ्या वाट्याला आली आहे, असं मला वाटत होतं. फोन वाजला रे वाजला की स्क्रीनवर मंगेशचं नाव पाहण्यासाठी मी आतुर असायचो. 'वाट बघण्यापेक्षा दुसरी कोणतीही मोठी शिक्षा नाही' हे व. पु. काळे यांचं वाक्य मला त्या दिवसांमध्ये अगदीच पटलं होतं.

पण, काही गोष्टी जेव्हा घडायच्या तेव्हाच घडतात. 'समय से पहले और भाग्य से अधिक किसीको कुछ नही मिलता' हे तत्त्वज्ञान ऐकायला जेवढं छान, सोपं वाटतं, पचवायला आणि अनुभवायला ते तेवढंच कटू आणि कठीण असतं, हा साक्षात्कार मला या दिवसांमध्ये होत होता. इथे तर समय आणि भाग्य दोघंही माझी परीक्षा पाहत होते. त्या क्षणी जर मला कोणी समजून घेऊ शकत होतं तर ती एकमेव व्यक्ती म्हणजे मंजू. तिला न सांगताही सगळं कळत होतं. ती तिच्या परीने माझ्या मनावरचा ताण हलका करण्याचा प्रयत्न करत होती. कोणत्याही कठीण प्रसंगात तिच्यासोबतचा काही वेळाचा संवाद मला खूप शांत करतो. मी काहीही न सांगता मला समजून घेण्याची एक सिद्धी तिने आमच्या इतके वर्षांच्या सहजीवनात आत्मसात केलेली आहे. माझ्या या अस्वस्थतेचा कोणताच परिणाम माझ्या इतर कामांवर होत नव्हता. माझी बाकीची शूट्स, मीटिंग्ज, नॅरेशन्स नेहमीप्रमाणे सुरू होती. साधारण पाच-सहा दिवस उलटून गेले, तरी मंगेश आणि प्रवीणचा मला काहीच फोन आला नाही, मी वाट पाहायचं ठरवलं होतं. नशीब माझी परीक्षा पाहत होतं आणि मी माझ्या संयमाची परीक्षा पाहायचं ठरवलं होतं.

एकीकडे कधी एकदा मंगेश किंवा प्रवीणचा फोन येतो, असं मला झालं होतं, तर दुसरीकडे साधारण दीड-दोन महिन्यांपूर्वी मी काही ऑडिशन्स दिल्या होत्या, एक हिंदी वेबसिरीजसाठी आणि एक हिंदी सिनेमासाठी. आपण प्रार्थना एका गोष्टीसाठी करत असतो, आणि देव भलतंच काहीतरी देतो; पण भरभरून देतो, याचा अनुभव मला त्या दिवशी आला; कारण दोन्ही प्रोडक्शन हाउसकडून मला एकाच दिवशी कॉल आला आणि दोन्हीकडून त्या त्या भूमिकांसाठी माझी निवड पक्की झाल्याचं त्यांनी मला सांगितलं. इतक्यावरच न थांबता, वेबसिरीजच्या

प्रोडक्शन मॅनेजरने मला लगोलग दुसऱ्या दिवशी भेटायला बोलावलं होतं आणि तिसऱ्या दिवशी फिल्मच्या प्रोडक्शन मॅनेजरसोबत माझी मीटिंग ठरली. मला प्रचंड आनंद झाला. दोन्हीही प्रोजेक्ट्स आणि प्रोडक्शन हाउस मोठी होती, त्यामुळे त्यांना नाही म्हणण्याचा प्रश्नच उद्भवत नव्हता.

माझ्या दोन्ही मीटिंग्ज एकदम व्यवस्थित झाल्या, बऱ्याच गोष्टींची त्यात आम्ही चर्चा केली. सगळ्यात मुख्य विषय होता तो म्हणजे तारखांचा. दोन्ही प्रोजेक्ट्सवर काम सुरू करताना तारखांचा गोंधळ होऊ न देणं अत्यंत गरजेचं होतं आणि तिथेच नेमकी गडबड झाली. झालं असं की वेबसिरीजसाठी त्यांनी माझ्या ज्या तारखा मागितल्या होत्या, जवळपास त्याच तारखा हिंदी सिनेमाच्या शूटिंगसाठी लागणार होत्या. वेबसिरीजसाठी ४० दिवस हे द्यावेच लागणार होते आणि फिल्मसाठी जास्त नाही; पण १५-२० दिवस. यात अजून एक गोंधळ असा झाला की फिल्मसाठी मला माझ्या बेसिक लुकमध्ये काही बदल करावे लागणार होते आणि माझा तो लुक कॉन्ट्रॅक्टनुसार मला ४०-५०दिवस ठेवणं क्रमप्राप्त होतं.

मी द्विधा मन:स्थितीत होतो. मला दोन्ही भूमिका हव्या होत्या, दोन्ही संधी मोठ्या होत्या, आणि मला त्या हातच्या जाऊ द्यायच्या नव्हत्या. हाच विचार सुरू असताना लख्कन वीज चमकावी तसा माझ्या डोक्यात प्रकाश पडला की, लुक टेस्टच्या दिवशी प्रवीणने धर्मवीरसाठी ज्या तारखा सांगितल्या आहेत, त्या तारखासुद्धा या दोन प्रोजेक्ट्सच्या तारखांशी अगदीच मिळत्याजुळत्या आहेत. प्रवीणने सांगितल्याप्रमाणे धर्मवीरच्या शूटसाठीसुद्धा ४०-५० दिवस लागणार होते आणि हे तेच दिवस होते, जे फिल्म आणि वेबसिरीजसाठी मागितले गेले होते. द्विधा मनःस्थितीत असताना, त्या क्षणी या तिसऱ्या विचाराने माझी चांगलीच त्रेधा उडाली होती, हे वेगळं सांगायला नको.

अर्थात्, त्या क्षणी माझं झुकतं माप हिंदीकडे होतं. त्याची दोन कारणं होती, एकतर धर्मवीरसाठी माझी निवड अजूनही पक्की नव्हती; पण सिनेमा आणि वेबसिरीजमधल्या रोलसाठी माझ्या नावावर शिक्कामोर्तब झालेलं होतं आणि दुसरी गोष्ट म्हणजे हिंदी सिनेमा आणि वेबसिरीजच्या

निमित्ताने एक मोठं व्यासपीठ मला उपलब्ध होणार होतं. प्रेक्षकवर्गाच्या कक्षा रुंदावल्या जाणार होत्या. कदाचित माझ्या करिअरला एक वेगळं, नवं वळण त्यानिमित्ताने मिळणार होतं. आता मला वेबसिरीज आणि हिंदी सिनेमा खुणावत होता; पण का कोण जाणे, या सगळ्यातही माझ्यातल्या अभिनेत्याला आव्हान देत होता तो 'धर्मवीर.' माझ्यासमोर असलेल्या या तिन्ही संधी माझ्यासाठी मोठ्या होत्या आणि मला त्या प्रत्येक संधीचं सोनं करायचं होतं. देवाने ४८ तासांचा दिवस केला असता, तर या तीनही संधींना मी न्याय देऊ शकलो असतो, इतका आत्मविश्वास मला त्या टप्प्यावर होता; पण ते शक्य नव्हतं. त्यामुळे काय सोडावं आणि कशाचा हात धरावा याचा निर्णय घेणं त्या क्षणी माझ्यासाठी अवघड होतं. 'धर्मवीर'साठी माझी निवड झाली नसती तरीही वेबसिरीज किंवा सिनेमा यापैकी एकावर मला पाणी सोडावंच लागणार होतं. आणि जर 'धर्मवीर'साठी निवड झाली तर या दोन्ही हिंदी प्रोजेक्ट्सचा विचारही करता येणार नव्हता; पण एक झालं, या सगळ्या मीटिंग्ज आणि धावपळीमध्ये दोन-तीन दिवस पट्कन निघून गेले. या दिवसांत 'धर्मवीर'चं नेमकं काय होतंय, या विचाराने होणाऱ्या घालमेलीकडेही काहीसं दुर्लक्ष झालं. अजूनही मंगेश आणि प्रवीणचा कोणताही निर्णय झाला नव्हता, हा भाग अलाहिदा.

आणखी पाच-सहा दिवस उलटून गेले. प्रवीण आणि मंगेशकडून काहीच निरोप नाही. मी स्वतःला दिलेली मुदत संपली. एकदाचं काय ते 'हो' किंवा 'नाही' सांगून टाका आणि या विचारचक्रातून मला मोकळं करा, असा निर्वाणीचा विचार मनात ठेवून मी मंगेशला फोन केला. त्याने पलीकडे 'हॅलो' म्हणायच्या आतच मी बोलणं सुरू केलं, ''मंगेश, अरे काय झालं लुक टेस्टचं? तू पाच-सहा दिवसांत कळवतो म्हणाला; पण ना तुझा फोन, ना काही मेसेज. वाट पाहतोय अरे मी.'' मंगेशने माझं सगळं बोलणं ऐकून घेतलं आणि तो म्हणाला, ''पश्या, मी पण एक अभिनेता आहे, त्यामुळे या भूमिकेसाठी तुझी असलेली तळमळ मी समजून घेऊच शकतो; पण आम्ही अजूनही कोणत्याही निर्णयापर्यंत पोहोचलेलो नाही.'' त्याचं हे उत्तर ऐकून मी त्याला विचारलं, ''निर्णयापर्यंत पोहोचलो नाही म्हणजे? म्हणजे मी कुठे कमी पडलोय का? तरी मी तुला म्हणालो होतो, या अशा लुक टेस्ट त्या

व्यक्तिमत्त्वाचा अभ्यास केल्याशिवाय करू नयेत.'' मंगेश त्याच्या मघाच्याच सुरात पुन्हा म्हणाला, ''पश्या, अरे तू नाही कुठे कमी पडलायस. लुकमध्येच काही त्रुटी आहेत. नाक आणि दात बरेचसे वेगळे दिसतायत, दिघे साहेबांपेक्षा तुझं वजन आणि उंचीही थोडी जास्त वाटतेय. त्यामुळे आमचा विचार अजूनही सुरू आहे. बघू या काय होतंय ते. जास्त ताण घेऊ नकोस.'' असा सल्ला देऊन मंगेशने फोन ठेवला; कारण माझ्या मनात नेमकं काय वादळ सुरू होतं, याची पुरेपूर जाणीव मंगेशला झाली होती. आता मुख्य चेहरा आणि उंचीतच तफावत असल्याने पुढचं सगळंच मला अनिश्चित वाटू लागलं. माझ्या पायाखालची जमीन सरकली होती. जरी माझ्या हातात दोन मोठ्या ऑफर्स होत्या, तरी माहीत नाही का, 'धर्मवीर'साठी माझं मन प्रचंड आग्रही आणि हट्टी झालं होतं. भावनिकरीत्या मी 'धर्मवीर'शी जोडलो गेलो होतो. कदाचित शशी जाधवांची पहिलीच प्रतिक्रियासुद्धा त्याला कारणीभूत होती. मंगेशने माझ्याकडून आणखी काही दिवस मागून घेतले. माणूस हा प्रचंड आशावादी प्राणी आहे. माझं मन आशेचा किरण शोधण्यासाठी धावत होतं. 'उम्मीद पे दुनिया कायम है' या वाक्यावर त्या क्षणी माझा प्रचंड विश्वास बसला होता आणि म्हणूनच तेव्हाही मला वाटत होतं की 'धर्मवीर'मधली भूमिका माझ्याचसाठी आहे आणि मी त्याच भूमिकेसाठी आहे.''

पण, मनाच्या खेळाचा ताळमेळ भौतिक जगाशी बसत नाही, त्यामुळे मनात काहीही असलं तरी वास्तवात जे हाती लागलंय, त्याचा हात धरून पुढे जाणं मला भाग होतं. मंगेशशी बोलल्यानंतर आणखी दोन-तीन दिवसांनी मला वेबसिरीजच्या प्रोडक्शन हाउसकडून फोन आला. कॉन्ट्रॅक्ट आणि इतर तांत्रिक गोष्टींची बोलणी करण्यासाठी त्यांनी मला बोलावलं होतं. मी त्यांना ''उद्या येतो,'' असं सांगितलं. मी पुन्हा अस्वस्थ होतो. कारण नसताना घरभर फिरत होतो. दिवसाला फक्त दोन कप चहा पिणारा मी, त्या दिवशी दोन तासांत चार कप चहा घेतला होता. मंजूने ते अचूक हेरलं. तिने माझा हात धरला आणि आणि मला सोफ्यावर बसवलं. स्वत: माझ्या बाजूला बसली आणि म्हणाली, ''हे बघ प्रसाद, जे नशिबात असेल, ते मिळेलच, आणि जे मिळेल, ते उत्तम करणं हे आपल्या हातात आहे. जे तू करशील, याची

मला खात्री आहे.'' मी 'हम्म' म्हणून वेळ मारून नेली; कारण त्या क्षणी तिच्या आशेला जोड देणारी, साथ देणारी सकारात्मकता माझ्याकडे नव्हती.

त्या दिवशी वेबसिरीजच्या प्रोडक्शन हाउसला मला दुपारी तीन वाजता पोहोचायचं होतं. साधारण एक ते दीडच्या सुमारास मी सगळं आवरून निघतच होतो आणि घराबाहेर पाऊल टाकायच्या आत मला मंगेशचा फोन आला. मी त्या वेळी सकारात्मक किंवा नकारात्मक असा कोणताच विचार करण्याच्या मन:स्थितीत नव्हतो. जे काही असेल ते स्वीकारायचं आणि पुढे जायचं इतकंच मी स्वतःला बजावलं आणि मंगेशचा फोन उचलला. फोन उचलता क्षणी मंगेश म्हणाला, ''प्रसाद, आपल्याला आणखी एक लुक टेस्ट करायची आहे. त्या दिवशी ज्या उणिवा मी तुला सांगितल्या, त्यावर जरा काम करून, त्या दूर करून, सुधारून आपण आणखी एक लुक टेस्ट करायची आहे, कधी करू या?'' मंगेशच्या या प्रश्नावर प्रतिक्षिप्त क्रियेप्रमाणे उत्तर दिलं, ''तू म्हणशील तेव्हा, केव्हाही.'' मंगेशलाही कदाचित माझ्याकडून हेच उत्तर अपेक्षित होतं. ''भट्टेकाका दाढी, विग, नाक, दात यावर काम करतायत, त्यासाठी त्यांना चार दिवस लागतील, तर आपण चार दिवसांनंतर दुसरी लुक टेस्ट करू.'' एवढं बोलून मंगेशने फोन ठेवला. आणि इकडे माझ्या पोटात फुलपाखरं उडू लागल्याची जाणीव मला झाली. दुसरी लुक टेस्ट म्हणजे आणखी एक संधी, दुसरी लुक टेस्ट म्हणजे आशेचा किरण, दुसरी लुक टेस्ट म्हणजे आता १०० टक्के नाही, हजार टक्के जीव ओतून काम करायचं, असं मी मनोमन ठरवलं आणि पाऊल टाकलं ते वेबसिरीजच्या मीटिंगसाठी.

हिंदी सिनेमाचा विचार मी आता जवळपास सोडून दिला होता; कारण वेबसिरीजमध्ये माझी मुख्य भूमिका होती आणि सिनेमातल्या लुकबद्दलच्या कॉन्ट्रॅक्टमध्ये मला अडकून राहणं शक्य नव्हतं. त्यात आता मंगेशने फोन करून दुसऱ्या लुक टेस्टची नांदी केली होती. 'धर्मवीर'कडे माझं मन पुन्हा घोडदौड करत होतं आणि त्यामुळेच वेबसिरीजच्या प्रोडक्शन मॅनेजरला सगळी वस्तुस्थिती स्पष्टपणे सांगणं हे माझं कर्तव्य होतं. मॅनेजर येईपर्यंत मी मनातल्या मनात शब्दांची जुळवाजुळव करत होतो. ते आले, आम्ही कॉफी घेतली, आणि मग मी

बोलायला सुरुवात केली. "तुम्ही पुढच्या गोष्टी बोलायच्या आधी, मला तुम्हाला काही गोष्टी सांगायच्या आहेत. आपल्या वेबसिरीजसाठी ऑडिशन दिल्यानंतर मी एका बिग बजेट मराठी सिनेमासाठी लुक टेस्ट दिली. मराठीमध्ये असे सिनेमे सहसा होत नाहीत. झालेच तर प्रत्येकवेळी ती संधी माझ्याकडे चालत येईल असंही नाही. माझी पहिली लुक टेस्ट चांगली झालीये आणि आता पुढच्या चार-पाच दिवसांत दुसऱ्या लुक टेस्टसाठी बोलावलं आहे. त्या लुक टेस्टचं काय होतंय, पुढचा निर्णय काय, हे कळायला आणखी चार-पाच दिवस लागतील. ज्या भूमिकेसाठी तुम्ही माझी निवड केलीये, ती भूमिका, ती संधीसुद्धा माझ्यासाठी अत्यंत महत्त्वाची आहे. मला ती संधी हातची जाऊ द्यायची नाही. ही सगळी परिस्थिती पाहून, कोणत्याही तांत्रिक बाबींमध्ये पुढे जायच्या आधी मला सात दिवसांची मुदत द्याल का?" मी माझी सगळी ताकद पणाला लावून त्यांना विनंती करत होतो. ज्यांच्याशी मी बोलत होतो, ते खूप चांगले गृहस्थ होते. इन्डस्ट्रीमध्ये त्यांनी बरीच वर्षं काम केलं होतं, त्यामुळे माझी अडचण त्यांच्या सहज लक्षात आली. इतका वेळ शांतपणे माझं ऐकून घेणारे ते मॅनेजर म्हणाले, "प्रसादजी, मै आपकी परेशानी, आपकी तिलमिलाहट बिल्कूल समझ सकता हूँ। ऐसा करते है, मै आपको सात के जगह दस दिन देता हूँ, आप आपका काम पूरा कीजिए। लेकिन दसवे दिन आपका जो कुछ भी निर्णय होगा, आप मुझे बता दीजिए। अगर आपकी हां है तो आपका स्वागत रहेगा, और अगर ना है, तो आपके उस प्रोजेक्ट को बहोत शुभकामना देकर हम हमारी अगली तलाश शुरू करेंगे।" मी मनापासून त्या माणसाचे आभार मानले आणि घरी आलो. इथून माझ्या वाट पाहण्याचा दुसरा अंक सुरू झाला. दुसऱ्या लुक टेस्टसाठी मंगेशचा कधी फोन येतोय याची वाट पाहू लागलो.

मध्यंतरीच्या एक-दोन दिवसांत मी माझ्या बाजूने अभ्यास सुरू केला. दुसऱ्या लुक टेस्टचा जो निर्णय येईल तो येईल, आपण आपल्या बाजूने कुठेच कमी पडायचं नाही, असा विचार करून मी दिघे साहेबांचे काही फोटोज्, व्हिडिओज् नजरेखालून घालत होतो. त्या दिवशी संध्याकाळी एका शूटला निघालो होतो. गाडी चालवत होतो. साडे पाचच्या सुमारास मंगेशचा फोन आला. खरंतर मला निघायला

उशीर झालेला; पण मंगेशचा फोन टाळता येण्यासारखा नव्हता. मी गाडी बाजूला लावली आणि फोन उचलला. मंगेशही गडबडीत होता, त्यामुळे त्याने थेट मुद्द्यालाच हात घातला. "प्रसाद, एक माणूस येईल तुझ्याकडे. तुझ्या डोक्याचं, ओठांचं वगैरे माप घेण्यासाठी. जेणेकरून मग आपल्याला तुझ्या मापाचा विग आणि मिशी बनवता येईल, आणि आणखी एक माणूस येईल. तुझ्या दातांसाठी एक वेगळा साचा बनवायचा आहे, त्याचं माप घेण्यासाठी." त्या माणसांना कधीही येऊ दे, असं सांगून मी फोन ठेवला. दुसऱ्या दिवशी माझं हास्यजत्राचं शूटिंग सुरू होतं. ते दोघंही त्याच सेटवर आले आणि त्यांना हवी असलेली मापं घेऊन गेले.

जो माणूस माझ्या दातांचं माप घेऊन गेला होता, दुसऱ्या दिवशी तो एक विशिष्ट प्रकारचा दातांचा साचा, ज्याला आपण कवळी म्हणतो ती घेऊन आला; पण तो साचा काही व्यवस्थित माझ्या मापात बनलेला नव्हता. तो घालताक्षणी माझ्या हिरड्यांना प्रचंड त्रास होऊ लागला. तोंड उघडतानाही प्रचंड कष्ट घ्यावे लागत होते. ती कवळी लावून शूटिंग तर लांब, लुक टेस्ट देणंसुद्धा शक्य नव्हतं. मी लगोलग भट्टेकाकांना फोन करून कळवलं. दुसऱ्या दिवशी स्वतः भट्टेकाका त्यांच्या टीमला घेऊन हास्यजत्रेच्या सेटवर आले. ब्रेक होईपर्यंत थांबले. त्यानंतर स्वतः माझ्या दातांचा ठसा घेतला आणि त्या मापानुसार नवी कवळी बनवून मला आणून दिली. भट्टेकाकांचंच काम ते, त्यात मापात पाप होणं शक्यच नाही. नवीन कवळी अगदी व्यवस्थित मापात बनली होती, माझ्याच दातांचा एक भाग वाटावा इतकी अचूक. त्यामुळे मला जराही त्रास होत नव्हता.

विग, मिशी, कवळी अशा सगळ्या गोष्टींची पूर्तता झाल्यानंतर आम्ही सगळे पुन्हा एकदा ठाण्यात भेटलो, दुसऱ्या लुक टेस्टसाठी. मागच्या वेळेपेक्षा भट्टेकाकांनी आजच्या मेकअपमध्ये आणखी बारकाईने छोट्या छोट्या गोष्टींचा विचार केला. मेकअपसोबतच वेशभूषेतही काही बदल करण्यात आले. दिघे साहेब वयाच्या वेगवेगळ्या टप्प्यांवर ज्या पद्धतीचे कपडे घालायचे, तसे वेगवेगळे पोषाख आणले होते. दिघे साहेब ज्या प्रकारच्या चपला वापरायचे तशा चपला, हातात जसे धागेदोरे असायचे, गळ्यात ज्या वेगवेगळ्या माळा असायच्या, अंगठ्या

त्या सगळ्याच्या जवळपास जाणारं सगळं साहित्य आणलं गेलं होतं. सगळ्या गोष्टींचा अत्यंत बारकाईने विचार केला गेला होता. आपल्याकडून कोणतीही चूक होऊ नये, काहीही कमी राहू नये यासाठी तिथला प्रत्येक माणूस झटत होता. माझे प्रयत्न किती फळाला येतील मला माहिती नव्हतं; पण तिथल्या प्रत्येकाच्या प्रयत्नाला आपण आपल्या बाजूने १०० टक्के न्याय द्यायचा, हे मी माझ्या मनाशी ठरवलं होतं. दुसऱ्या लुक टेस्टसाठी मी सज्ज झालो. मेकअप रूमच्या बाहेर पडता पडता वळून भट्टेकाकांकडे पाहिलं आणि 'आता यापुढे तुम्ही प्रत्येक परीक्षेत पास होणार' हे त्यांचं वाक्य आठवलं. तीच सकारात्मकता सोबत घेऊन मी मेकअप रूमच्या बाहेर पाऊल टाकलं.

बाहेर लाइट्स, कॅमेराज् सगळंच सज्ज होतं. आम्ही फोटोज् काढायला सुरुवात केली. दिघे साहेबांचे इंटरनेटवर जे फोटोज् उपलब्ध आहेत, त्याच्याशी मिळतेजुळते फोटोज् आम्हाला काढायचे होते. अंगावर उपरणं घेतलेला त्यांचा एक फोटो आहे, त्या फोटोत त्यांच्या डोळ्यांत एक वेगळंच, विलक्षण तेज आहे, तसा फोटो काढताना मला टेन्शन आलं होतं. मी डोळे मिटले आणि स्वत:ला बजावलं 'ज्या फोटोत दिघे साहेबांच्या डोळ्यांत अलौकिक तेज दिसतंय, तसा फोटो काढताना तुझ्या चेहऱ्यावर ताण दिसता कामा नये' डोळे उघडले, फोटो काढला आणि आश्चर्य म्हणजे तो वन क्लिक ओके झाला. त्यानंतर काही फोटो कुर्ता आणि पॅन्टमधले, काही झब्बा आणि लेंगा घालून, तर काही अर्ध्या हाताची बनियन आणि लुंगी नेसून, असे एकूण मिळून २००-२५०च्या आसपास वेगवेगळ्या अँगलमधले फोटो काढले. या वेळी फक्त फोटोवर न थांबता आम्ही काही व्हिडिओसुद्धा शूट केले. फोटोसेशन झाल्यानंतर मला काही धीर धरवत नव्हता. कॅमेरामनला बोलवून मी त्याला ते सगळे फोटो दाखवायला सांगितले. फोटो काढताना भट्टेकाका समोरच बसले होते. अचानक कुठे मेकअपची गरज भासली तर धावपळ नको, म्हणून ते जातीने हजर होते. मी फोटो पाहून झाल्यावर त्यांच्याकडे पाहिलं. काकांच्या चेहऱ्यावर समाधान होतं आणि माझ्या चेहऱ्यावर आनंद होता. पहिल्या लुक टेस्टपेक्षा ही लुक टेस्ट आम्हाला जास्त आवडली होती; पण नुसता मला आनंद होऊन, मला आवडून काही फायदा नव्हता. त्यामुळे आपसूकच माझी

नजर मंगेशला शोधू लागली. मंगेश आला, त्याने फोटो पाहिले, त्यालाही ते प्रचंड आवडले. त्यामुळे आता हा टप्पा मी पार केला असं मला वाटत असतानाच मंगेश म्हणाला, "अफलातून आलेत फोटो, आता हे सगळं फुटेज मला आणखी काही लोकांना दाखवायचं आहे. ते काय म्हणतात बघू आणि मग पुढचा काय तो कॉल घेऊ." आता आणखी लोकांना दाखवायचं आहे, म्हणजे नेमकं कोणाला याचा अंदाज मला तेव्हा नव्हता आणि मी फार तपशिलात शिरलोही नाही. मला इतकंच कळत होतं की अंतिम निर्णय कळण्यासाठी मला आणखी काही दिवस वाट बघणं भाग होतं; पण आता इतके दिवसांच्या सरावानं माझी वाट पाहण्याची मानसिक तयारी झालेली होती. फक्त डोक्यावर डेडलाइन होती ती वेबसिरीजच्या प्रोडक्शन मॅनेजरची. मी मंगेशचा निरोप घेतला आणि घरी आलो.

लुक टेस्टच्या दुसऱ्या दिवशी मी मॉर्निंग वॉक करून घरी आलो. मी शांत होतो; कारण आपण १०० टक्के प्रयत्न केलाय याचं समाधान होतं. फ्रेश झालो. पेपरवाला यायला अजून अवकाश होता, त्यामुळे बातम्या काय हे पाहण्यासाठी टी.व्ही लावला. १०-१५ मिनिटं झाली नसतील तोच मंगेशचा फोन आला. मी फोन उचलला. मंगेशच्या आवाजात उत्साह होता. "प्रसाद, तू कल्पनाही नाही करू शकणार, मी आत्ता कुठे आहे आणि कोणासोबत आहे त्याची." "मंगेश, मित्रा, सकाळीसकाळीच कोडी घालू नकोस. काय ते थेट बोल." मी म्हणालो. "बरं ऐक. मी आत्ता दिल्लीत आहे आणि खासदार साहेबांना तुझ्याशी बोलायचं आहे." मंगेशने पुन्हा त्याच्या धक्कातंत्राची प्रचिती मला दिली. 'खासदार साहेबांना बोलायचं आहे' हे शब्द ऐकल्यावर सगळ्यात आधी माझी पळापळ झाली ती टी.व्ही. म्यूट करण्यासाठी. टी.व्ही. म्यूट करून 'कोणते खासदार साहेब' हे मी विचारेपर्यंत मंगेशने फोन त्यांच्या हातात दिलासुद्धा. पलीकडून आवाज आला, "नमस्कार, मी खासदार श्रीकांत शिंदे बोलतोय." खरंतर तेव्हा मी पहिल्यांदाच त्यांच्याशी बोलत होतो; पण पहिलाच संवाद असूनही त्यात कुठेही परकेपणा किंवा अहंभाव नव्हता. एखाद्या जवळच्या मित्राशी गप्पा माराव्या तसे ते माझ्याशी बोलत होते. "प्रसादजी, धर्मवीरांच्या रूपातले तुमचे फोटो पाहिले आणि स्वत:ला थांबवू शकलो नाही, म्हणून

मंगेशला ताबडतोब तुम्हाला फोन करायला सांगितला. ते डोळे, ते रूप, तो करारीपणा...अगदी धर्मवीरांनी परकाया- प्रवेश केला असावा असं वाटतंय.'' ते अगदी भरभरून बोलत होते. त्यांचं बोलून झाल्यावर ''धन्यवाद साहेब'' एवढंच मी बोलू शकलो. मंगेशकडे फोन द्यायच्या आधी ते एवढचं म्हणाले की, ''मंगेश हे सगळे फोटो आणि व्हिडिओ साहेबांना दाखवेल. मग आपण पुढचं ठरवू.'' त्यांच्या या वाक्यासोबत दशांगुळे वर चढलेला माझा रथ पुन्हा जमिनीवर आला. मी मंगेशला विचारलं, ''मंगेश, श्रीकांतजींना तर आवडलाय लुक, मग आता साहेब म्हणजे आणखी कोण?'' मंगेशने जे उत्तर दिलं ते ऐकून आधीचा धक्का फारच सौम्य होता असं मला एका क्षणी वाटलं. मंगेश म्हणाला, ''अरे, आणखी कोण काय? एकनाथ शिंदे साहेब. त्यांनी लुक पाहिल्यावर ते जे काही म्हणतील, तो शब्द प्रमाण असेल. त्यानंतर कोणालाच काही विचारण्याची गरज नाही.'' त्या क्षणी मला कळलं होतं, की आणखी काही लोकांना म्हणजे नेमका कोणाकोणाला लुक दाखवला जाणार होता ते. खरं सांगतो, १०वी, १२वीच्या परीक्षांवेळी मी जेवढं टेन्शन घेतलं नव्हतं, तेवढं सगळं टेन्शन त्या क्षणी दाटून आलं होतं. मी फोन बाजूला ठेवला आणि म्यूट मोडवर असलेला टीव्ही अनम्यूट केला; पण माझ्या कानापर्यंत कोणताच आवाज पोहोचत नव्हता.

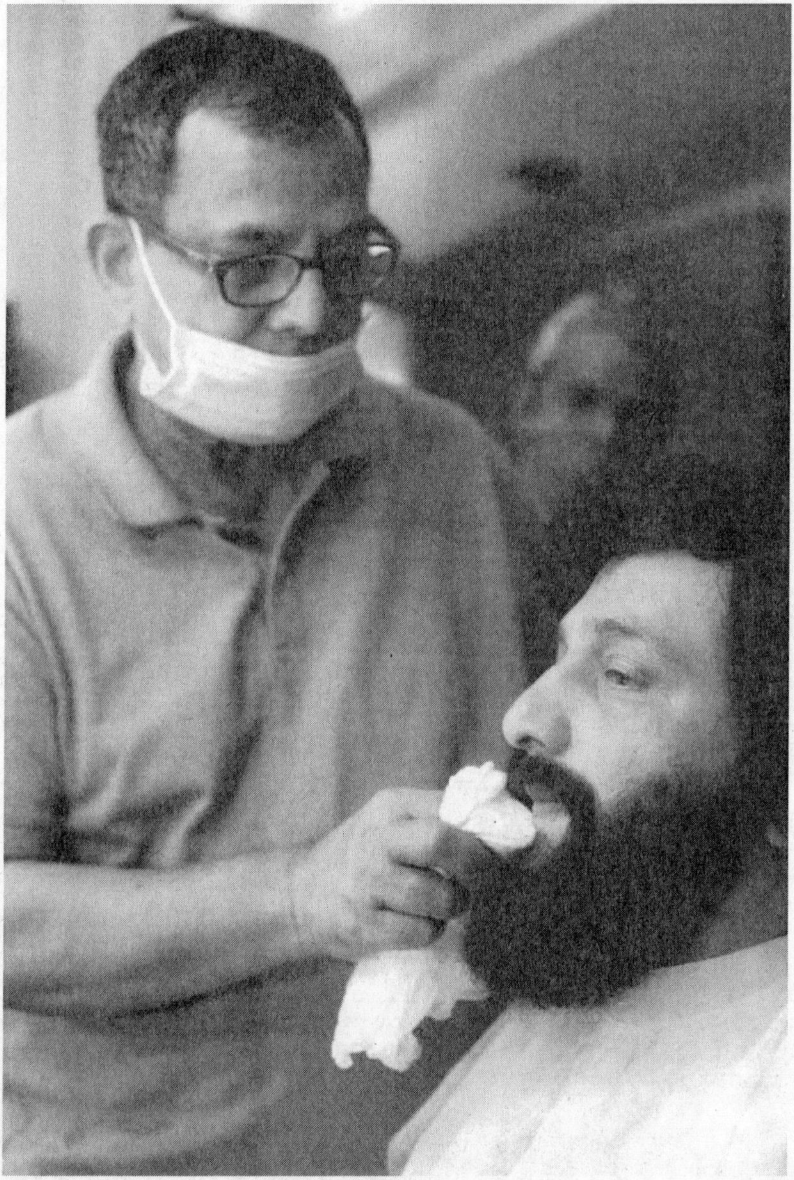

मी तो क्षण का गमावला ?

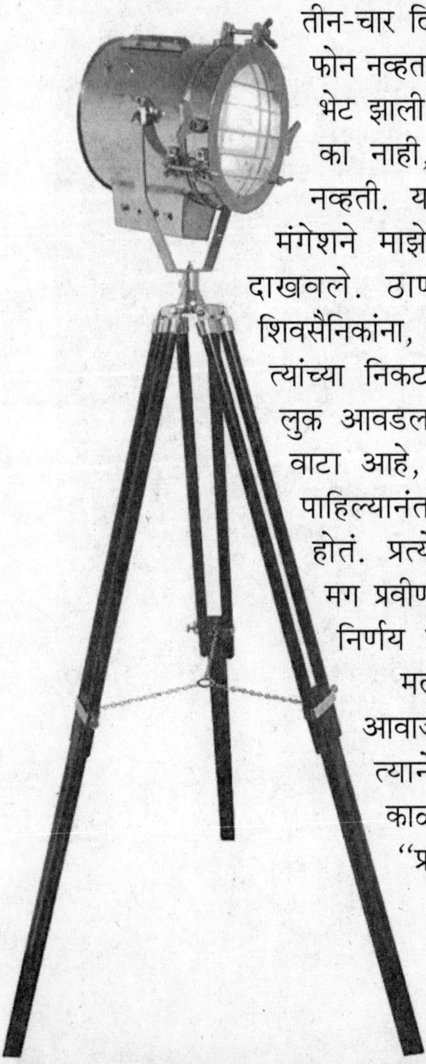

श्रीकांतजींचं आणि माझं बोलणं होऊन किमान तीन-चार दिवस उलटून गेले. मंगेशकडून काहीच फोन नव्हता. त्याची आणि एकनाथ शिंदे साहेबांची भेट झाली की नाही, त्यांना माझा लुक आवडला का नाही, याची मला काहीच कल्पना येत नव्हती. या दरम्यानच्या तीन-चार दिवसांमध्ये मंगेशने माझे फोटो, व्हिडिओ अनेक लोकांना दाखवले. ठाण्यातल्या काही जुन्या जाणत्या शिवसैनिकांना, दिघे साहेबांच्या जुन्या कार्यकर्त्यांना, त्यांच्या निकटवर्तीयांना, मित्रांना, सगळ्यांनाच तो लुक आवडला होता. या सिनेमात ज्यांचा मोलाचा वाटा आहे, त्या सचिन जोशींनी माझे फोटोज् पाहिल्यानंतर त्यांच्या डोळ्यांत पाणी तरळलं होतं. प्रत्येक टप्प्यावर होकार मिळाल्यानंतर मग प्रवीण आणि मंगेशने मला कॉल करण्याचा निर्णय घेतला.

मला मंगशने फोन केला तेव्हा त्याचा आवाज अत्यंत गंभीर होता. पहिलंच वाक्य त्याने असं काही टाकलं की माझ्या काळजाचा ठोकाच चुकला. मंगेश म्हणाला, "प्रसाद, मी जे काही सांगेन ते ऐकायला

मन घट्ट कर, खरंतर कसं सांगू कळत नाहीये.'' मला ही भूमिका काही मिळत नाही, असा विचार करून मी मनातल्या मनात इतर जुळवाजुळव करायला सुरुवात केली. आजच वेबसिरीजच्या प्रोडक्शन मॅनेजरला फोन करतो, उद्याची मीटिंग फिक्स करतो, वगैरे वगैरे माझे विचार सुरू असतानाच मी शक्य तितका स्वर शांत ठेवून मंगेशला म्हणालो, ''हे बघ मंगेश, मी खूप वाट पाहिली आहे, आता माझा अंत पाहू नकोस, काय ते बोलून टाक एकदाचं. एखाद्या भूमिकेसाठी मला काही पहिल्यांदा नकार मिळत नाहीये.'' माझ्या या वाक्यावर मोठ्याने हसत मंगेश म्हणाला, ''प्रसाद, आम्हाला आमचे धर्मवीर मिळाले.'' मंगेशची आणखी एक गुगली. काही वेळापूर्वी गंभीर स्वरात बोलणारा मंगेश आता खळखळून हसत 'धर्मवीर मिळाले' हे मला का सांगतोय हे काही माझ्या ध्यानी येईना. ''म्हणजे नेमकं काय झालं मंगेश? माझा लुक नाही आवडला का? कोण मिळालं तुम्हाला?'' मला त्या क्षणी स्वाभाविकपणे पडलेले सगळे प्रश्न मी मंगेशला विचारले आणि मघापेक्षा दुप्पट जोरात हसत मंगेश म्हणाला, ''जा, पश्या जा, आरशासमोर उभा राहा, म्हणजे तुला आपोआप कळेल आम्हाला आमचे धर्मवीर म्हणजे नेमकं कोण मिळालं ते.'' आणि मी पुढे काही बोलायच्या आत मंगेशने फोन ठेवून दिला. काय होतंय, काय घडतंय, दोन क्षण मला काहीच सुचत नव्हतं. मग मंगेश जे म्हणाला ते मी पुन्हा आठवलं आणि त्या क्षणी साक्षात्कार झाला, गेल्या काही दिवसांपासून, नव्हे काही वर्षांपासून ज्या क्षणाची मी वाट पाहत होतो, तो क्षण देवाने अलगद माझ्या ओंजळीत आणून टाकलाय. मला आता पुढचा मार्ग खुणावत होता; पण त्याआधी मी लागलीच वेब सिरीजच्या प्रोडक्शन मॅनेजरला फोन करून जे झालं ते सांगितलं; कारण ते माझी वाट पाहत होते आणि त्यांना वेळेत उत्तर देणं माझं कर्तव्य होतं. माझ्या याच आनंदात त्यांनीही आनंद मानला आणि दिल्या शब्दाला जागत त्यांनी मला धर्मवीरसाठी मनापासून शुभेच्छा दिल्या.

माझा जीव भांड्यात पडला खरा; पण तो काही क्षणांसाठी; आता यापुढे आपल्या खांद्यावर फार मोठी जबाबदारी आहे, याची जाणीव झाली आणि मागे वळलो. माझ्यासमोर देव्हारा होता. निरांजन शांतपणे तेवत होतं. डोळे मिटले, हात जोडले. डोळे उघडले. निरांजनाच्या

प्रकाशात गणपती बाप्पाची मूर्ती मला आश्वस्त करत होती. मी देवासमोर साखर ठेवली आणि 'प्रत्येक पावलावर सोबत राहा' एवढंच मागणं मागितलं.

असंख्य विचारांचं मोहोळ डोक्यात उठलं होतं; पण या सगळ्यात राहून राहून एक प्रश्न सतत भंडावत होता, तो म्हणजे एकनाथ शिंदे साहेबांना लुक कसा वाटला? त्यांना फोटो दाखवल्यावर ते काय म्हणाले? ते काय म्हणाले हे आपल्याला कसं नाही कळलं? त्यांची प्रतिक्रिया काय होती, हे जाणून घेण्याची मला फार उत्सुकता होती. त्यानंतर जेव्हा मी मंगेशला भेटलो, तेव्हा न राहवून त्याला खासगीत विचारलंच, "मंगेश, तू म्हणालास सगळ्यांना लुक आवडला; पण एकनाथ शिंदे साहेब काय म्हणाले? त्यांची प्रतिक्रिया काय होती?" माझ्या या प्रश्नावर मंगेशने जे उत्तर दिलं ते ऐकून त्या दिवशी मी धन्य झालो.

खरंतर दिल्लीला जेव्हा मंगेशने श्रीकांत शिंदेंची भेट घेतली, त्याच्या बरोबर दुसऱ्या दिवशी त्याने मुंबईमध्ये एकनाथ शिंदे साहेबांची भेट घेतली आणि त्यांना माझे सगळे फोटोज् दाखवले. फोटोज् दाखवता क्षणी ज्याप्रमाणे श्रीकांत शिंदे साहेबांनी माझ्याशी बोलायची इच्छा व्यक्त केली, तशीच ती एकनाथ शिंदे साहेबांनीही व्यक्त केली. केवळ इच्छा व्यक्त केली नाही, तर थेट मला फोन लावला. माझ्या दुर्दैवाने तेव्हा मी एका स्टुडिओमध्ये होतो, त्यामुळे माझा फोन लागला नाही. शिंदे साहेब मंगेशला म्हणाले, "मंगेश, अरे हेच ते, जे आपण शोधत होतो. आता तुमचा शोध तात्काळ थांबवा. आपल्याला आपले साहेब मिळाले." खरंतर त्यांची ही प्रतिक्रिया मी प्रत्यक्ष अनुभवू शकलो नाही, याची खंत मला कायम राहील; पण माझ्या रूपाने त्यांना त्यांचे साहेब मिळाले आणि त्यांच्या साहेबांच्या रूपाने माझ्यातल्या अभिनेत्याला वरदान मिळालं, याचं समाधान मात्र जन्मभर पुरेल.

मीटिंग्ज... मीटिंग्ज... मीटिंग्ज

वाट पाहताना एक एक क्षण एका एका दिवसासारखा वाटतो; पण एकदा का सगळं मार्गी लागलं की एक दिवस एका श्वासात संपतो. पुढचे काही दिवस आता आपल्याला दिवस-रात्र एक करून काम करावं लागणार आहे, याची मला पूर्ण कल्पना आली होती आणि त्यासाठी मी माझ्या मनाला तयार केलं होतं. मंगेशने जेव्हा मला धर्मवीरसाठी माझी निवड निश्चित झाल्याचं सांगितलं, त्याच्या दुसऱ्याच दिवशी त्याने मला ठाण्यात एका अत्यंत महत्त्वाच्या मीटिंगसाठी बोलावलं होतं. शाळेच्या पहिल्या दिवशी लहान मुलांच्या मनात जो उत्साह असतो, काहीसा तसाच उत्साह मला या मीटिंगसाठी होता.

ठाण्यातल्या 'शरणम्' हॉटेलमध्ये आमची मीटिंग ठरली होती. आमचं जवळपास सगळंच शूटिंग ठाण्यात होणार होतं, त्यामुळे याच शरणम् हॉटेलमध्ये मंगेशने पुढच्या काही दिवसांसाठी संपूर्ण टीमच्या राहण्याची सोय केलेली होती. हॉटेलमधल्या बहुतांश रूम्स मंगेशने बुक केलेल्या होत्या. मी सकाळी साधारण १०.३०च्या सुमारास त्या हॉटेलमध्ये पोहोचलो. मंगेश

आणि प्रवीण तिथेच होते; पण त्या मीटिंगसाठी आणखी काही लोकांनासुद्धा बोलावण्यात आलं होतं. त्यातलं सगळ्यात महत्त्वाचं नाव म्हणजे सचिन जोशी. ज्यांचं या सिनेमातलं योगदान खूप मोठं आहे. अर्थात् तेव्हा आम्ही पहिल्यांदाच भेटत होतो, त्यामुळे त्यांचा तेवढा परिचय मला असणं शक्यच नव्हतं; पण हळूहळू आमचं बोलणं जसं पुढे सरकत होतं, तसा त्या माणसाचा आवाका लक्षात येत होता, त्यांचं काम नेमकं काय आहे, हे कळत होतं.

मीटिंगच्या सुरुवातीलाच मंगेशने हा सिनेमा करण्यामागचा हेतू अगदी स्पष्टपणे समोर मांडला. असं म्हणतात, की उजव्या हाताने केलेलं दान हे डाव्या हाताला कळू द्यायचं नसतं. म्हणजे आयुष्यात जी काही चांगली कामं आपण करतो, त्याची दवंडी न पिटता, 'कृष्णार्पणमस्तु' म्हणून विसरून जायची असतात, अशी आपल्या थोरामोठ्यांची शिकवण; पण अनेकदा याच विचारामुळे सत्कृत्य नजरेआड होऊन, केवळ नकारात्मक गोष्टीच समाजमनावर बिंबवल्या जातात. पुढे मग त्याच गोष्टी मनात ठेवून समाज एखाद्या व्यक्तीची प्रतिमा आपल्या मनात निर्माण करत राहतो. दिघे साहेबांच्या बाबतीतसुद्धा अगदी हेच झालं. आज साधे बागेत बेंच बसवले, तरी त्यावर प्रत्येकाला स्वतःचं नाव हवं असतं, बेंच बसवतात चार फुटांचे आणि बॅनर्स लागतात ४० फुटांचे. दिघे साहेबांच्या दिवसाची सुरुवातच लोकांच्या समस्या जाणून घेत व्हायची आणि दिवसाचा शेवट त्या समस्यांचं निराकरण करून व्हायचा; पण स्वतःहून कधीही कोणताही बॅनर न लावता, बेंचमार्क मात्र सेट केला होता दिघे साहेबांनी; पण त्यामुळेच इंटरनेटवर दिघे साहेबांबद्दल काही माहिती शोधायची झाली, तर सगळ्यात आधी सिंघानिया हॉस्पिटल, खोपकर हत्या प्रकरण आणि टाडा या मोजक्याच आणि सगळ्या अपप्रचार करणाऱ्या गोष्टीच जास्त नजरेस पडायच्या. गेली कित्येक वर्षं ही गोष्ट मंगेशला त्रास देत होती. ज्या दिघे साहेबांनी आपलं आयुष्य सर्वसामान्यांसाठी वेचलं, संघटनेला वाहिलं, त्यांच्याबद्दल केवळ याच तीन गोष्टी जगाला का कळाव्यात? त्यांचं काम, त्यांचं समाजकारण, त्यांचे विचार लोकांपर्यंत प्रभावीपणे पोहोचवायचे असतील, तर सिनेमापेक्षा जास्त प्रभावी माध्यम नाही. म्हणूनच या सिनेमाचा आपण घाट घातल्याचं सांगत, मंगेशने त्याची भूमिका आमच्यासमोर मांडली.

पहिल्या लुक टेस्टच्या वेळेस प्रवीण तिथे हजर होता, त्यामुळे प्रवीणकडे या सिनेमाची मोठी काहीतरी जबाबदारी असेल आणि ती मुख्यत्वे दिग्दर्शनाचीच असेल याचा मला अंदाज आला होता. प्रवीणसारखा प्रतिभावान दिग्दर्शक हा सिनेमा दिग्दर्शित करणार हे माहीत असल्याने मी निश्चिंतच होतो; कारण सिनेमाला जे हवंय, ते अभिनेत्याकडून करवून घेण्याची प्रवीणची हातोटी विलक्षण आहे; पण दिग्दर्शनासोबतच कथा, पटकथा आणि संवाद अशी चौफेर जबाबदारी प्रवीणच्याच खांद्यावर आहे, हे मला त्या भेटीत समजलं. प्रवीणचं दिग्दर्शनातलं प्रावीण्य वादातीत आहेच; पण प्रवीण हा सिद्धहस्त लेखक आहे. भाषेची उत्तम समज, शब्दांची अचूक आणि ओघवती मांडणी, खिळवून ठेवणारा कथेचा प्रवाह आणि लक्षवेधी संवाद ही प्रवीणची बलस्थानं आहेत. या पहिल्या भेटीत आम्ही अनेक गोष्टींवर चर्चा केली. सिनेमाच्या चित्रीकरणाबद्दल माझ्या मनात काही शंका होत्या, त्याबद्दल आम्ही बोललो. काही तांत्रिक गोष्टींबद्दल चर्चा केली; पण राहून राहून मला हाच प्रश्न पडत होता, की सचिन जोशी नेमके कोण आहेत? आणि या मीटिंगला ते येण्यामागचं नेमकं प्रयोजन काय? माझ्या डोळ्यातलं हे प्रश्नचिन्ह कदाचित मंगेशला दिसलं आणि त्याने बोलता बोलता त्यांची आणि माझी ओळख करून दिली, "प्रसाद, सचिन जोशी हे एकनाथ शिंदे साहेबांचे मुख्य सचिव आहेत; पण त्यापेक्षासुद्धा महत्त्वाची गोष्ट म्हणजे, त्यांनी दिघे साहेबांसोबत अनेक वर्षं काम केलेलं आहे. त्यांना अगदी जवळून अनुभवलंय. दिघे साहेबांबद्दल विश्वासार्ह माहितीचा मुख्य स्रोत म्हणजे सचिन जोशी, असंच आपण म्हणू शकतो." मंगेशच्या या वाक्याची प्रचिती मला सिनेमाचं चित्रीकरण करताना पदोपदी येत होती.

आता पुढच्या महिनाभरात आपण सिनेमाच्या शूटिंगला सुरुवात करू या; कारण आपल्याला शक्य तेवढ्या लवकर सिनेमा रिलीज करायचा आहे, अशा नोटवर चर्चा सुरू असताना प्रवीणने माझ्यावर अचानक एक बॉम्ब टाकला, "प्रसाद, तयारीसाठी प्रत्येकाच्याच हातात फक्त एक महिना शिल्लक आहे. दिघे साहेबांच्या अंगकाठीचा आणि तुझा विचार केला तर, त्यांच्यापेक्षा तुझी उंची एक-दोन इंचांनी जास्त आहे, त्यात तुझा बांधा त्यांच्यापेक्षा रुंद आहे आणि वजनही थोडं

जास्त आहे. तुझ्या उंचीच्या मानाने तुझं वजन योग्य असलं, तरी दिघे साहेबांच्या शरीरयष्टीचा विचार केला तर तू थोडा जाड वाटू शकतोस, त्यामुळे या महिन्याभरात तुला साधारण सात ते साडेसात किलो वजन कमी करावं लागेल. त्यामुळे तू चणे खा, नाहीतर मखाणे खा, आपल्याला रिझल्ट पाहिजे.'' असं प्रवीणने त्याच्या ठेवणीतल्या शैलीत मला सांगितलं आणि तो दुसऱ्या मुद्द्याकडे वळला; पण माझ्या मनात सात ते साडेसात किलो आणि महिन्याभराचा वेळ याचा ताळमेळ कसा बसवायचा ही आकडेमोड सुरू झाली. मी स्वत: स्वत:ला समजावत होतो, 'प्रसाद, आता शेड्यूल काहीही असू दे, बाहेरचं खाणं पूर्ण बंद करायच. थंडीचे दिवस असले तरी चहा कमी करायचा. जेवणाच्या वेळा सांभाळायच्या. छान गुलाबी थंडी जरी पडली, तरी मॉर्निंग वॉकला दांडी मारायची नाही.' पण, हे सगळं जरी पाळलं तरीही महिन्याभरात साडेसात किलो हे तेव्हा जरा मला अशक्यच वाटत होतं. हे सगळं विचारचक्र सुरू असताना मला साक्षात्कार झाल्याप्रमाणे नाव आठवलं ते मृदुल पटवर्धनचं. मृदुल ही २०१८ पासून माझी आहारतज्ज्ञ आहे. काय खावं, काय खाऊ नये यासाठी मी कायम मृदुलचा सल्ला घेतलाय. आहारतज्ज्ञ असण्यासोबतच ती माझी चांगली मैत्रीणसुद्धा आहे, त्यामुळे तिचं नाव आठवल्यावर वजन कसं कमी करायचं, या प्रश्नाचं माझ्या मनावरचं ओझं अगदीच कमी झालं.

प्रवीणची संपूर्ण टीम शरणम् हॉटेलमध्ये मुक्कामाला होती. या मीटिंगच्या निमित्ताने प्रवीणच्या टीममधल्या इतरही काही जणांची त्या दिवशी भेट झाली. त्यातली सगळ्यात महत्त्वाची भेट होती ती आदेश आणि प्रवीणचा सहायक दिग्दर्शक विनोद वनवे याची. पुढच्या काही दिवसांमध्ये माझा याच दोघांशी जास्त संपर्क होणार होता. त्या दिवशी मला आणखी एक गमतीशीर गोष्ट कळली. दिघे साहेबांच्या रोलसाठी माझी लुक टेस्ट घेण्याचा पहिला विचार हा मंगेश किंवा प्रवीण या दोघांच्याही डोक्यात आला नव्हता. या भूमिकेसाठी माझं नाव त्यांच्या ध्यानीमनीही नव्हतं. जेव्हा लुक टेस्ट सुरू झाल्या तेव्हा माझ्या आधीही काही जणांना बोलावलं गेलं होतं; पण कोणाचाच लुक पसंतीस उतरत नव्हता. त्यांच्या लुक्ससाठीही वेगवेगळे प्रयोग करून झाले होते; पण ते काही जमून येत नव्हतं. अशात एक दिवस दुपारी हा प्रवीण, मंगेश

आणि विनोद वेगवेगळ्या नावांचा विचार करत असताना विनोदने सहज माझं नाव सुचवलं. माझं नाव ऐकल्यानंतर प्रवीण आणि मंगेश थोडे साशंक होते. त्यांना तेव्हा ते फारसं पटलंदेखील नव्हतं. अर्थात् आजवर मी ज्या धाटणीच्या भूमिका साकारलेल्या होत्या, त्यांना समोर ठेवून विचार करता त्यांचं साशंक असणं स्वाभाविक होतं; पण विनोद माझ्या नावावर आग्रही होता. प्रवीणने जवळपास नकार दिलेला असताना, आपण एक लुक टेस्ट तर करून पाहू, असा खडा विनोदने टाकून पाहिला. तरीही प्रवीण तेव्हा तितकासा अनुकूल नव्हता.

माझ्या नावासाठी विनोद आग्रही होता. माझी एकतरी लुक टेस्ट झाली पाहिजे, असा हट्टच त्याने धरला होता. हे प्रवीणच्या गळी उतरवणं तितकं सोपं नव्हतं, म्हणून या पठ्ठ्याने एक शक्कल लढवली. त्याने दिघे साहेबांचा एक फोटो घेतला आणि एक माझा फोटो घेतला. त्यात दिघे साहेबांच्या शरीरावर माझा चेहरा ज्याला दाढी, मिशी वगैरे दिघे साहेबांसारखीच होती, आणि माझ्या शरीरावर दिघे साहेबांचा चेहरा असे ते दोन्ही फोटो मॉर्फ केले आणि दुसऱ्या दिवशी प्रवीणला नेऊन दाखवले. त्या फोटोवर प्रवीण भलताच खूश झाला. त्याने विनोदला विचारलं, "अरे, हा चेहरा एकदम जवळ जातो दिघे साहेबांच्या, कोण आहे हा?" आता विनोदनेही प्रवीणची उत्सुकता जरा ताणायची असं ठरवलं. सरळ उत्तर न देता तो म्हणाला, "काय सर, तुम्ही ओळखलं नाही? नीट बघा जरा, आपोआप समजेल." प्रवीण पुढची पाच मिनिटं त्या दोन्ही फोटोंकडे एकटक बघत होता आणि एका क्षणी तो मोठ्याने ओरडला, "अरे, हा तर आपला प्रसाद आहे." 'युरेका' असं ओरडताना आर्किमिडिजच्या चेहऱ्यावर जो आनंद होता, तसाच काहीसा आनंद त्या वेळी प्रवीणच्या चेहऱ्यावर असावा. माझ्या नकळत झालेली ती माझी पहिली लुक टेस्ट होती. मला ही भूमिका मिळण्यामागे खूप मोठी भूमिका या विनोद वनवेने निभावली होती.

दुसरं महत्त्वाचं नाव म्हणजे आदेश साळेकर. पुढचे काही दिवस माझी तारेवरची कसरत होणार आहे, हे मला अगदी स्पष्ट दिसत होतं. हास्यजत्रेचं शूटिंग तर सुरू होतंच, 'ब्लॅक आउट' नावाचा एक छोटा हिंदी सिनेमा मी करत होतो, त्यात 'चंद्रमुखी'च्या पोस्ट प्रोडक्शनचं काम सुरू होणार होतं. धावपळ तर होणार होती; पण त्यात माझी

ओढाताण होणार नाही याची पुरेपूर काळजी आदेशने घेतली. त्यात प्रवीण हा स्वत: हास्यजत्रेचा खूप मोठा चाहता, त्यामुळे एकदा त्याने मला आणि आदेशला समोर बसवून सांगितलं, "हे बघ प्रसाद, 'धर्मवीर' सिनेमा तुला आत्ता मिळाला आहे. 'हास्यजत्रा' त्या आधीपासून तुझ्याकडे आहे. त्यामुळे काहीही झालं तरी हास्यजत्रेच्या शूटिंगमध्ये तडजोड करू नकोस, ते सुरू राहिलचं पाहिजे." "आदेश, हास्यजत्रेच्या तारखा सांभाळायची जबाबदारी तुझी." असा आदेशच त्याने आदेशला देऊन टाकला आणि आदेशने अगदी कसोशीने त्याचं पालन केलं.

कोणतंही काम सुरू करताना एखाद्या ठिकाणचं स्थानमाहात्म्य खूप महत्त्वाचं असतं. ज्या शरणम् हॉटेलमध्ये आमची पहिली मीटिंग झाली, त्याच शरणम् हॉटेलमध्ये मी पुढचे काही दिवस राहायला होतो. त्या हॉटेलमध्ये एक वेगळीच प्रसन्नता आहे. सिनेमा संदर्भातल्या मीटिंग्जमध्ये ज्या ज्या गोष्टी आम्ही ठरवल्या त्या त्या सगळ्या गोष्टी यशस्वीरीत्या पूर्ण झाल्या. रोज सकाळी तिथून निघताना वेगळीच सकारात्मकता जाणवायची आणि १२-१२ तासांच्या चित्रीकरणाच्या शिफ्ट्स करून पुन्हा हॉटेलवर आलो की आपण हॉटेलमध्ये नाही, तर आपल्या घरीच आलो आहोत असं वाटायचं. सगळा थकवा, शीण दूर व्हायचा. अस्सल खवय्यांसाठी हे हॉटेल म्हणजे पर्वणीच; पण पक्का खवय्या असूनही तिथल्या पदार्थांचा मनसोक्त आस्वाद काही मला घेता आला नाही. का? ते पुढे सांगतोच.

वजन वाढवण्यासाठी वजन कमी करावं लागतं

शरणम् हॉटेलमधली मीटिंग आटोपून मी घरी निघालो. त्या संपूर्ण प्रवासात आता काय खायचं आणि काय खायचं नाही, याची यादी मी तयार करत होतो. २८ दिवसांत साडे सात किलो म्हणजे दिवसाला किमान २८५ ग्रॅम वजन कमी करावं लागेल, माझे हिशोब सुरू झाले होते; पण आपली गणितं आणि आहारतज्ज्ञांची गणितं यात जमीन-अस्मानाचा फरक असतो. त्यामुळे डोक्याला जास्त ताण न देता मी घरी पोहोचल्यावर लगेच मृदुलला फोन केला. २०१८ पासून मी आहारासंदर्भात तिचाच सल्ला घेतो. हे क्षेत्र निवडण्याआधी तिने सिनेक्षेत्रात वेशभूषाकार (कॉस्च्युम डिझायनर) म्हणून काम केलंय. मृदुल खूप आधीपासूनच माझी चांगली मैत्रीण होती; पण आमची घनिष्ट मैत्री झाली ती माझ्या 'सेव्हन रोशन व्हिला' या सिनेमाच्या निमित्ताने; कारण या सिनेमाच्या वेशभूषेची जबाबदारी तिच्या खांद्यावर होती. इन्डस्ट्रीमध्ये कॉस्च्युम डिझाइन करता करता कलाकारांचा फिटनेस किती महत्त्वाचा आणि गरजेचा आहे, हे बहुधा तिला जाणवलं असावं आणि तिने हे क्षेत्र निवडलं असावं.

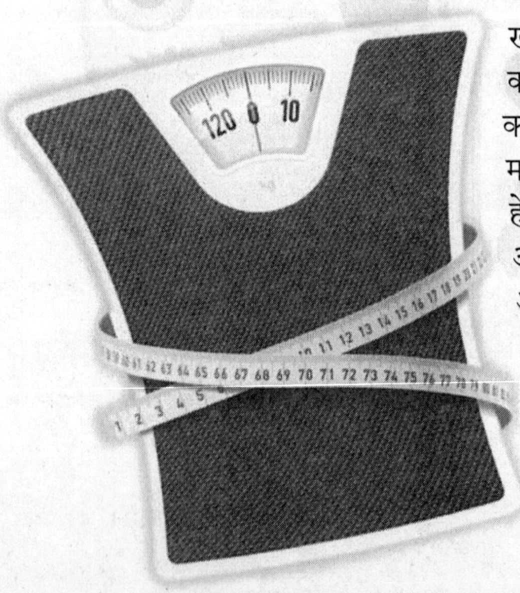

मी मृदुलला फोन केला आणि जो बॉम्ब माझ्यावर पडला होता, तो मी तिच्यावर

टाकला; पण माझ्या पद्धतीने. मी मृदुलला म्हणालो, ‘‘मृदुल, मी ‘धर्मवीर’ नावाच्या एका खूप मोठ्या सिनेमात मुख्य भूमिकेत आहे आणि त्यासाठी मला जरा वजन कमी करावं लागणारे.’’ माझ्या नवीन प्रोजेक्टबद्दल ऐकून तिला खूप आनंद झाला आणि तिने विचारलं, ‘‘बरं, मला सांग, किती किलो वजन कमी करायचंय?’’ ‘साडे सात किलो’ मी तिला माझं लक्ष्य सांगितलं. मृदुलला हा आकडा काही मोठा वाटला नाही. या क्षेत्रात काम केलेलं असल्यामुळे अशा प्रकारच्या लुक्सवर काम करण्यासाठी, वजन कमी करण्यासाठी किंवा वाढवण्यासाठी किमान तीन-चार महिन्यांचा अवधी दिला जातो हे- सुद्धा तिला माहिती होतं. त्यामुळे ती म्हणाली, ‘‘करू आपण, तू काहीच काळजी करू नकोस.’’ आणि त्यावर मी तिला म्हणालो, ‘‘बरोबर आहे मृदुल, तू आहेस त्यामुळे मला काळजीचं कारण नाहीच; पण गंमत अशी आहे की साडे सात किलो वजन कमी करण्यासाठी आपल्याकडे फक्त २८ दिवस आहेत. त्यानंतर लगेच शूटिंगला सुरुवात करायची आहे.’’ हे ऐकल्यानंतर ‘‘अरे प्रसाद, हे अवघड आहे, कठीण आहे किंवा अशक्य आहे,’’ अशी काहीशी उत्तरं मृदुलकडून कदाचित येतील असं मला वाटत होतं; पण घडलं वेगळंच. मृदुल तेवढ्याच शांतपणे म्हणाली, ‘‘हरकत नाही, करू या आपण,’’ हे बोलताना तिच्या आवाजात जो आत्मविश्वास होता, त्यामुळे माझा आत्मविश्वास आणि तिच्यावरचा विश्वासही द्विगुणित झाला.

त्यानंतर मी तिला सिनेमाची संपूर्ण माहिती सांगितली. ती मूळची पुण्याची असल्याने तिने दिघे साहेबांचं नाव ऐकलं असलं, तरी त्यांच्याबद्दल फारशी माहिती तिला नव्हती. मी तिला दिघे साहेबांचं संपूर्ण व्यक्तिमत्त्व समजावून सांगितलं. हे संभाषण सुरू असतानाच, एकीकडे तिला व्हॉट्स ॲपवर माझे आणि दिघे साहेबांचे काही फोटो पाठवले. दिघे साहेबांचं व्यक्तिमत्त्व, त्यांची शरीरयष्टी समजावली. आमच्या दोघांमधले फरक तिला सांगितले. अर्धा तास या सगळ्या विषयावर आमची चर्चा झाली. त्यानंतर ती मला म्हणाली, ‘‘प्रसाद, मला तासाभराचा वेळ दे. मी सगळ्याचा व्यवस्थित अभ्यास करते, तुझा डाएट प्लॅन बनवते आणि तुला फोन करते. फक्त एक काम कर, मी तुला फोन करेन तेव्हा मंजू सोबत असेल असं बघ; कारण काय बनवायचं, कसं बनवायचं

थेट तिला सांगणं मला जरा सोईचं होईल.'' मी ''ठीक आहे'' म्हणालो आणि फोन ठेवला. आपल्या हातात वेळ कमी आहे, त्यामुळे डाएट सुरू केल्यानंतर एकही दिवस चीट डे नसेल अशी तंबीही तिने मला फोन ठेवता ठेवता दिली.

मंजू तिच्या कोणत्यातरी कामासाठी बाहेर गेलेली. मी तिला फोन केला. पोहोचायला अजून अर्धा तास लागेल असं तिने मला सांगितलं. मंजू अतिशय उत्तम स्वयंपाक करते. वेगवेगळे पदार्थ बनवून खाऊ घालणं हा मंजूचा आवडता छंद. माझ्या खवय्येगिरीला तिचा हा छंद अगदी पूरक आणि पोषकही; पण पुढचा महिनाभर तरी मंजूला तिच्या आवडत्या छंदाला आणि मला माझ्या खवय्येगिरीला मुरड घालणं गरजेचं होतं. मंजू घरी आली. मी तिलासुद्धा या सगळ्याची कल्पना दिली. ती म्हणाली, ''मला माहितेय लक्ष्य मोठं आहे आणि दिवस फारच कमी आहेत; पण तू जास्त ताण घेऊ नकोस. मृदुल जसं सांगेल तसं आपण पुढे जाऊ. डाएटच्या चौकटीत राहून तुझे खाण्याचे लाड पुरवण्याची जबाबदारी माझी.'' काही मिनिटांत पुढच्या काही दिवसांसाठी तिने ज्या प्रकारे स्वतःला तयार केलं, ते पाहून त्या क्षणी मला मंजूचं भारी कौतुक वाटलं.

थोड्याच वेळाच मृदुलने मला व्हॉट्स ॲपवर माझा डाएट प्लॅन पाठवला. वाचताना मला तो फारच कठीण आणि क्लिष्ट वाटत होता. काय खायचं, कधी खायचं याचं वेळापत्रक आखून दिलं होतं, त्यात काही गोळ्याऔषधांचाही समावेश होता. मागोमाग लगेच मृदुलचा फोन आला. तिने सगळा प्लॅन समजावून सांगितला. सकाळी उठल्यानंतर साधारण अर्ध्या तासाने पंचामृत आणि त्यासोबत अर्धा चमचा घरचं तूप घालून खजूर असं खायचं. त्याच्यानंतर पूर्ण एक तास, सायकलिंग किंवा वॉकिंग ज्यात अजिबात टाळाटाळ करायची नाही. त्यानंतर सकाळी ८.३०च्या आत नाश्ता झालाच पाहिजे, ज्यात एक कोणतंही फळ आणि तीन-चार अंड्यांचा केवळ पांढरा भाग, किंवा फळासोबत एक बाऊल सूप किंवा मग मोड आलेली उकडलेली कडधान्यं असे वेगवेगळे पर्याय दिले होते. त्यानंतर अधेमधे जिभेचे कोणतेही चोचले न पुरवता थेट ११ ते १२.३० च्या दरम्यान दुपारचं जेवण घ्यायचं, ज्यात पुन्हा तीन ते चार अंड्यांचा केवळ पांढरा भाग, उकडलेल्या

भाज्या आणि पाण्याचं प्रमाण जास्त असलेलं पेलाभर ताक किंवा १०० ते १२० ग्रॅम पनीर किंवा त्याला पर्याय म्हणून चिकन, यापैकी काहीच नको असेल तर कडधन्यांचा डोसा, सोबतीला थोडं काहीतरी चविष्ट असावं म्हणून ठिपकाभर तेलात शॅलो फ्राय केलेली कोथिंबीर वडी किंवा अळू वडी असेही पर्याय तिने दिले होते. दुपारच्या जेवणात पेलाभर ताक पिणं बंधनकारक होतं. त्यानंतर संध्याकाळी साधारण ४ ते ५ च्या सुमारास पाऊण वाटी चणे, दाणे किंवा एखादं फळ किंवा एक बाऊल मखाणे आणि शहाळ्याचं पाणी. त्यानंतर संध्याकाळी ७.३०च्या आत रात्रीचं जेवण, ज्यात दोन-तीन संपूर्ण अंडी म्हणजे पांढरा भाग आणि आतला भाग असं दोन्ही किंवा दीड बाऊल सूप किंवा मिश्र डाळींच्या चार इडल्या असे काही पदार्थ तिने सुचवले होते. आहाराची अशी वेगवेगळी परम्युटेशन्स आणि कॉम्बिनेशन्स तिने मला पाठवली होती. कार्ब्स आणि फॅट्स हे या डाएटमध्ये बऱ्यापैकी वगळण्यात आले होते. डाएट फॉलो करताना, काय खायचं हे ठरवताना 'आणि' सोबतच 'किंवा' हा शब्द अत्यंत महत्त्वाचा होता आणि तो मला तंतोतंत पाळायचा होता. या डाएटचा मला त्रास होऊ नये, वजन कमी करत असताना अशक्तपणा येऊ नये आणि लवकर परिणाम दिसावा म्हणून रोज काही औषधंही तिने मला घ्यायला सांगितली होती.

माझं डाएट सुरू झालं आणि दुसरीकडे सिनेमाच्या कामानेही वेग पकडला होता. रोजच्या मीटिंग्ज, वर्कशॉप्स हे सगळं सुरू झालं होतं. मृदुलसोबत बोलणं झाल्यानंतर मी प्रवीणला भेटून माझ्या डाएटबद्दल कल्पना दिली आणि खाण्याच्या वेळा काटेकोरपणे सांभाळायला सांगितल्या आहेत हेसुद्धा त्याला सांगितलं. हे सगळं ऐकताना 'काय ती डाएटची नाटकं' असा विचार मनात येणं अगदीच शक्य आहे; पण प्रवीणला सिनेमाची आणि माझी गरज कळत होती, त्यामुळे पुढच्या काही दिवसांमध्ये माझ्यापेक्षाही त्याने माझ्या डाएटची, खाण्याच्या वेळांची जास्त काळजी घेतली. कोणत्या वेळी मला काय खायचंय हे प्रवीणने बरोबर लक्षात ठेवलं होतं आणि तो त्या त्या वेळी मला आठवणही करून द्यायचा. माझी खाण्याची वेळ झाली की मी कितीही महत्त्वाच्या कामात असलो, तरी तो तिथून मला बाजूला न्यायचा आणि खायला बसवायचा. त्याचं ऐकलं नाही की त्याच्या शैलीत ओरडायचा. त्याचा

ओरडा खाण्यापेक्षा वेळेत खाणं माझ्यासाठी जास्त सोयीचं होतं. त्यामुळे वाद न घालता मी निमूटपणे त्याचं ऐकायचो. मला हव्या असलेल्या गोष्टी, फळं, प्रोटीन पावडर, शहाळं, चणे-दाणे प्रोडक्शन मॅनेजर मला देतोय की नाही यावर प्रवीणचं बारीक लक्ष असायचं. या काळात प्रवीणने कोणत्याही गोष्टीची तोशीस भासू दिली नाही. अगदी भावाप्रमाणे सगळ्या गोष्टींची काळजी घेतली.

मृदुलने आखून दिलेल्या डाएटचा अगदी थोड्याच दिवसांत खूप सकारात्मक परिणाम माझ्यावर दिसू लागला. ज्यांना माझ्या डाएटबद्दल माहिती नव्हतं, तो प्रत्येकजण मला मी बारीक झाल्याचं येऊन सांगत होता. डाएटवर असताना कोणी आपल्याला बारीक झाल्याचं सांगितलं की अंगावर मूठभर मांस चढतं ती गोष्ट वेगळी; पण लोकांच्या या प्रतिक्रियांमुळे मला हुरूप येत होता आणि मी जास्त प्रामाणिकपणे डाएट फॉलो करू लागलो. डाएट सुरू झाल्यापासून दर चार दिवसांनी वजनकाट्यावर किती वजन कमी झालंय ते तपासायचो. डाएटच्या साधारण २७व्या दिवशी मी जरा नाराज होऊनच प्रवीणला भेटायला गेलो. माझा पडलेला चेहरा पाहून प्रवीणने विचारलं, ''काय रे प्रसाद, काय झालं? बरं वाटत नाहीये का? अशक्तपणा वाटतोय का?'' मी नकारार्थी मान हलवली. त्याला बाजूला बोलावलं आणि म्हटलं, ''प्रवीण, जरा बोलायचंय! अरे, तू म्हणाला होतास साडे सात किलो वजन कमी करायचं; पण माझं फक्त साडे सहा किलो वजन कमी झालंय. आणखी पाच-सात दिवस देतोस का? तेवढ्यात मी एक किलो वजन नक्की कमी करेन.'' प्रवीणने माझ्याकडे पाहिलं आणि म्हणाला, ''पश्या, एक सिक्रेट सांगतो. खरंतर या भूमिकेसाठी तू पाचच किलो वजन कमी करणं अपेक्षित होतं, मीच मुद्दामून तुला साडे सात किलो सांगितलं, जेणेकरून तू जवळपास जाशील; पण तू तर माझ्या अपेक्षेपेक्षा दीड किलो वजन कमी केलंस. शाब्बास, शाब्बास!'' असं म्हणत त्याने जोरात पाठीवर थाप दिली. त्याचे हे शब्द ऐकले आणि हुश्श असं म्हणून मी सुटकेचा निःश्वास टाकला.

आनंद दिघे साहेबांच्या लुकमध्ये माझा पहिला फोटो जेव्हा लोकांसमोर आला, तो लोकांनी उचलून धरला त्यामागे मुख्य कारण म्हणजे माझ्या शरीरयष्टीत, चेहऱ्याच्या आकारमानात झालेले बदल. अभिनय ही खूप

पुढची पायरी होती, त्याआधी लोकांना फोटो भावणं जास्त महत्त्वाचं होतं. तो फोटो पाहून लोकांच्या ज्या प्रतिक्रिया आल्या, त्या माझ्यासाठी फार महत्त्वाच्या होत्या. माझी देहबोली लोकांना आवडली. वजन कमी केल्यामुळे मला दिघे साहेबांची देहबोली अगदी व्यवस्थित आत्मसात करता आली. याचं सगळं श्रेय हे सगळ्यात आधी मृदुलला जातं; कारण फक्त डाएट आखून देऊन ती बाजूला नाही झाली, तर दर दोन दिवसांनी मला फोन करून त्याबद्दल विचारणाही करत होती. डाएट कसं सुरू आहे? काही त्रास होत नाही ना? जिथे त्रास होत होता, तिथे तिने आवश्यक ते बदल वेळोवेळी करूनही दिले. यानिमित्ताने मला एका गोष्टीची जाणीव झाली, अभिनेत्याला एखादी भूमिका यशस्वी करायची असेल, त्या माध्यमातून त्याला समाजात त्याचं वजन वाढवायचं असेल, तर सगळ्यात आधी वजन कमी करावं लागतं.

चार आधारस्तंभ - (सचिन जोशी, गिरीश शिलोत्री, राहुल लोंढे, नंदू गोरुले)

डाएट तर सुरू झालं होतं, त्याचे सकारात्मक परिणामही माझ्या शरीरावर दिसू लागले होते; पण इथे केवळ अर्धा गड सर केला होता, शिखर अजून टप्प्यात येणं बाकी होतं. केवळ शरीरयष्टी दिघे साहेबांसारखी असून काम भागणार नव्हतं, तर दिघे साहेबांची देहबोली अंगीकारणं हे माझ्यासमोरचं पुढचं मोठं आव्हान होतं. एखादी व्यक्तिरेखा पडद्यावर साकारायची म्हणजे काया-वाचा-मने ती व्यक्तिरेखा स्वत:मध्ये रुजवून घ्यावी लागते. त्यातून जे उगवतं ते अस्सल असतं. रात्रं-दिवस ध्यास घ्यावा लागतो, छोट्या छोट्या गोष्टींचा अभ्यास करावा लागतो, तेव्हा कुठे ती भूमिका प्रसन्न होते. इथे असं झालं होतं की ही भूमिका मिळावी म्हणून मी सुरुवातीला कितीही आग्रही असलो, तरी भूमिकेचा अभ्यास

करण्यासाठी माझ्याकडे दिघे साहेबांचे अनेक फोटो आणि मोजके व्हिडिओ सोडले तर बाकी काहीच नव्हतं. दिघे साहेबांना वैयक्तिक आयुष्य नव्हतंच, रोज हजारो माणसांचा गराडा त्यांच्याभोवती असायचा. राजकारण आणि समाजकारणासोबतच दिघे साहेबांबद्दलच्या अनेक गोष्टी मला अथपासून इतिपर्यंत जाणून घ्यायच्या होत्या; पण कशा, हा प्रश्न माझ्या मानगुटीवर बसला होता. नक्कल करणं बरेचदा सोपं असतं; पण इथे मला त्यांची नक्कल करायची नव्हती, तर माझं संपूर्ण अस्तित्व पुसून टाकत फक्त आणि फक्त अस्सल दिघे साहेब पडद्यावर उभे करायचे होते. खरंतर कोणताही अभिनेता एखाद्या भूमिकेवर आपली छाप सोडण्याचा पूर्ण प्रयत्न करतो; पण मला ते कधीही आवडत नाही. भूमिका आणि कलाकृती या अभिनेत्यापेक्षा कायम मोठ्या असतात आणि मोठ्याच राहायला हव्यात. यासाठी मी प्रयत्नशील असतो.

माझ्या या प्रयत्नांना खूप मोठी आणि मोलाची साथ दिली ती सचिन जोशी, गिरीश शिलोत्री, राहुल लोंढे आणि नंदू गोरुले या चार आधारस्तंभांनी. शरणम् हॉटेलमध्ये झालेल्या पहिल्याच मीटिंगमध्ये माझी आणि सचिन जोशी यांची ओळख झालेली होती. सचिन जोशी यांनी दिघे साहेबांना खूप जवळून पाहिलंय, त्यांच्यासोबत अनेक वर्षं काम केलंय, त्यामुळे ते दिघे साहेबांबद्दल जी माहिती देतील ती प्रमाण, असं मी ठरवलेलं होतं. समाजातल्या वेगवेगळ्या घटकांसोबत, त्यांच्या आजूबाजूच्या माणसांसोबत वागण्याच्या, बोलण्याच्या दिघे साहेबांच्या लकबी वेगवेगळ्या होत्या. सचिन जोशींची निरीक्षणशक्ती आणि स्मरणशक्ती अफाट आहे. त्याच्या जोरावर त्यांनी साहेबांच्या त्या सगळ्या लकबी पाहिलेल्या होत्या आणि लक्षातही ठेवल्या होत्या. साहेब कसे बोलायचे, कसे चालायचे, कंबरेवरचा हात ही साहेबांची पेटंट स्टाइल, त्यामुळे कंबरेवर हात ठेवताना त्यांचा आविर्भाव कसा असायचा, दिघे साहेब ऊठसूठ कंबरेवर हात ठेवून फिरत नसायचे, एखादा निर्णय घेण्याची किंवा आदेश देण्याची वेळ आली तरच साहेबांचे हात कंबरेवर जायचे. समोरच्याच्या सुख-दुःखाशी एकरूप होताना साहेबांची कशी घालमेल व्हायची, परपीडेने साहेब कसे अस्वस्थ व्हायचे, त्या वेळी त्यांच्या वागण्या-बोलण्यात नेमके काय बदल व्हायचे, शोषक आणि शोषितांचं

चक्र भेदताना साहेबांची मुद्रा कशी करारी असायची, लोकांच्या गर्दीत, त्यांचे प्रश्न सोडवताना त्यांचे भेदक डोळे एखाद्याचा कसा ठाव घ्यायचे आणि तेच साहेब जेव्हा लहान मुलांच्या गराड्यात असायचे तेव्हा त्याच भेदक डोळ्यांमध्ये कशी निरागस आणि निष्पापतेची झलक दिसायची या सगळ्याचं अगदी इत्थंभूत वर्णन सचिन जोशींनी माझ्यासमोर केलं. कार्यकर्त्यांच्या पाठीवर शाबासकीची थाप देताना साहेबांच्या मनस्वीपणाचं दर्शन व्हायचं, एखाद्याचं गाऱ्हाणं ऐकताना साहेबांच्या नकळत त्यांच्या डोळ्यांत पाणी यायचं, अन्यायाविरुद्ध पेटून उठले की डोळ्यांत अंगार दिसायचा, पूजा करताना तेच डोळे नंदादीपाइतके शांत दिसायचे. सचिन जोशी दिघे साहेबांचं व्यक्तिमत्त्व शब्दरूपाने माझ्यासमोर मांडत होते आणि साहेबांचं ते शब्दरूप मी माझ्या कानात साठवून घेत होतो.

व्यक्तिमत्त्वातले बारकावे समजून घ्यायला सचिन जोशींनी मदत केली आणि त्यांचं रूप नेमकं कसं होतं ते गिरीश शिलोत्रींनी मला उलगडून दाखवलं. साहेबांचे असंख्य फोटो उपलब्ध असले, तरी त्यातले बारकावे तोच माणूस सांगू शकतो, ज्याने साहेबांचं रूप याचि देही याचि डोळा प्रत्यक्ष अनुभवलं आहे. गिरीश शिलोत्री हे साहेबांचे नातेवाईक, त्यामुळे त्यांनी वर्णन केलेल्या गोष्टींवर शंका घेण्याचा प्रश्नच उद्भवत नव्हता. साहेबांचं रूप साकारताना गिरीश शिलोत्रींनी केलेल्या मार्गदर्शनाचा आम्हाला खूप फायदा झाला. दिघे साहेब एकूण किती अंगठ्या घालायचे, कोणत्या बोटात कोणती अंगठी असायची, कोणत्या बोटात दोन अंगठ्या असायच्या, त्याचसोबत त्यांच्या मनगटावर वेगवेगळे धागे-दोरे असायचे, त्यांची बांधणी नेमकी कशी असायची याबद्दल शिलोत्रींनी तपशीलवार माहिती दिली. साहेबांच्या गळ्यातही अनेक प्रकारच्या माळा असायच्या, स्फटिकाची माळ, रुद्राक्षाची माळ, मग त्यांची लांबी किती असायची हेसुद्धा शिलोत्रींनी अगदी बारकाईने आम्हाला सांगितलं. या सगळ्या वर्णनाला अनुसरून दिघे साहेबांचं रूप आम्ही साकारलं आणि शूटिंगला सुरुवात केली. एक प्रसंग शूटही केला. तो प्रसंग बराच मोठा होता आणि महत्त्वाचाही होता. सीन शूट झाला आणि गिरीश शिलोत्रींच्या एकदम काहीतरी लक्षात आलं. त्यांनी प्रवीणला बाजूला बोलावलं आणि सांगितलं की, "अरे, माझ्याकडून सांगायचं राहून गेलं की वेगवेगळ्या माळांसोबत दिघे साहेबांच्या

गळ्यात कायम एक तावीज असायचा. साहेबांनी गळाबंद झब्बा जरी घातला तरी तो तावीज दिसायचा.'' सीन तर शूट करून झालाय; पण तावीजशिवाय लुक पूर्ण नाही वाटणार. दिघे साहेबांच्या लुकबद्दल प्रवीण छोट्यातल्या छोट्या गोष्टींचा विचार करत होता. तो प्रसंग मोठा असल्याने पुन्हा शूट करणं शक्य नव्हतं आणि महत्त्वाचा असल्याने वगळणंही शक्य नव्हतं. मग प्रवीणने यावर एक निर्णय घेतला आणि त्यानुसार आम्ही त्या सीनमधले जे वाइड शॉट्स आहेत ते तसेच ठेवून माझे क्लोज शॉट्स तावीज घालून पुन्हा शूट केले.

साहेबांचं व्यक्तिमत्त्व समजलं, रूप उलगडलं, आता जाणून घ्यायचं होतं ते त्यांचं समाजकारण आणि राजकारण. ८०टक्के समाजकारण आणि २०टक्के राजकारण हे शिवसेनेचं सूत्र साहेबांच्या कार्याचा पाया होता. त्यांची कार्यपद्धती समजावण्यासाठी धावून आले ते राहुल लोंढे. सचिन जोशी आणि गिरीश शिलोत्रींप्रमाणेच राहुल लोंढेनाही साहेबांचा सहवास लाभलेला आहे. साहेबांची कार्यपद्धती त्यांनी पाहिली आहे, अनुभवली आहे. साहेबांची काम करण्याची पद्धतच निराळी. एक पत्र, एक फोन आणि काम झालं म्हणून समजा. कोणाची कितीही मोठी अडचण असो, कोणाची कितीही कठीण समस्या असो, सब मर्ज की एक दवा म्हणजे दिघे साहेब. कोणताच माणूस साहेबांच्या दारातून विन्मुख परत गेला नाही. आदिवासी बांधवांना मूळ प्रवाहाशी जोडण्यासाठी साहेबांनी जिवाचं रान केलं, त्यांच्या न्याय्य हक्कासाठी लढा दिला. साहेबांचं समाजकारण जितकं थेट आणि सोपं, राजकारण तितकंच आडवळणी आणि कठीण. साहेबांनी पायाने बांधलेल्या राजकीय गाठी भलेभले हाताने सोडवू शकले नाहीत, राजकारणात साहेब कधी, कोणाला, कसा कात्रजचा घाट दाखवतील कळणारही नाही. अनेकांची आकडेमोड पूर्ण व्हायच्या आत साहेब गणित सोडवून मोकळेही झालेले असायचे. राहुल लोंढे भान हरपून बोलत होते आणि मी काठावर बसून दिघे साहेबांच्या राजकारण आणि समाजकारणाची खोली मोजत होतो.

दिघे साहेब समजून घेण्याच्या प्रवासात मला एक महत्त्वाचा माणूस भेटला तो म्हणजे नंदकुमार गोरुले अर्थात् नंदू गोरुले. दिघे साहेबांचा दीर्घकाळ आणि निकटचा सहवास लाभलेल्या माणसांपैकी एक. दिघे साहेबांना याच नंदू गोरुलेंनी कित्येकवेळा मायेने जेवू घातलंय, साहेब

आजारी असताना त्यांची सेवा केली, काळजी घेतली. दिघे साहेब कार्यकर्त्यांना जपत होते आणि साहेबांना जपण्यासाठी कार्यकर्ते जिवाचं रान करत होते, त्यातलाच एक कार्यकर्ता म्हणजे नंदू गोरुले. दिघे साहेबांच्या निधनानंतर गोरुलेंनी ठाणे सोडलं आणि ते कोल्हापूरला जाऊन स्थायिक झाले. कोल्हापूरमध्ये ते आता मुलांना नाट्यशास्त्र शिकवतात. जेव्हा त्यांना कळलं की त्यांच्या दिघे साहेबांवर एवढा मोठा सिनेमा बनतोय, तेव्हा त्यांनी स्वत: मंगेश, प्रवीण आणि सचिन जोशींना फोन केला आणि म्हणाले, ''माझ्या दिघे साहेबांवर सिनेमा येतोय, आणि त्यात फूल ना फुलाची पाकळी, मला माझं योगदान द्यायचं आहे. मला या सिनेमाचा भाग व्हायचंय. मला या सिनेमात सामील करून घ्या. नंदू साहेबांच्या बऱ्याच जवळचा होता, हे ठाण्यातल्या काही जुन्या लोकांकडून कानावर आलं होतं, त्यामुळे प्रवीणने त्यांना लगेच ठाण्याला बोलवून घेतलं. निरोप पोहोचता क्षणी, त्यांनी कोल्हापुरातला त्यांचा गाशा गुंडाळला आणि सिनेमाचं शूटिंग पूर्ण होत नाही तोपर्यंत परत कोल्हापूरला जायचं नाही असं ठरवून ठाण्याला आले.

इथे आल्यानंतर शूटिंग संपेपर्यंत ते माझ्या सोबत होते. चित्रीकरणाला सुरुवात व्हायच्या आधी, मी माझ्या इतर कामानिमित्त जिथे जिथे जात होतो, तिथे तिथे नंदू गोरुले माझ्यासोबत यायचे. कधी 'चंद्रमुखी'चं एडिटिंग सुरू होतं तिथे, कधी हास्यजत्रेच्या सेटवर, कधी कोणत्या स्टुडिओमध्ये नंदू गोरुले दिवसभर माझ्या सोबत असायचे. आमच्या बोलण्याचा विषय एकच... आनंद दिघे साहेब. आजवर साहेबांच्या वेगवेगळ्या गोष्टींबद्दल मी अनेकांकडून ऐकत होतो; पण नंदू गोरुले नाट्यशास्त्राचे शिक्षक असल्याने त्यांनी दिघे साहेबांच्या सगळ्या सवयी, लकबी, मला माझ्यासमोर करून दाखवल्या. चालताना साहेबांची पावलं टाकण्याची पद्धत कशी होती, एखाद्याकडे रोखून बघताना, रागाने बघताना, मायेने बघताना ते कसे बघायचे, त्यांचे हातवारे कसे असायचे, अस्वस्थ असताना बोटांची हालचाल कशी असायची, सिगारेट ओढण्याची त्यांची खास पद्धत कशी होती, थट्टामस्करी करताना मिश्कीलपणे कसे हसायचे, सगळ्यात महत्त्वाचं म्हणजे राग आल्यावर साहेब थोडे अडखळायचे, तेव्हा त्यांच्या तोंडून शब्द कसे फुटायचे, अडखळत बोलताना त्यांच्या ओठांची हालचाल कशी व्हायची हे नंदू

गोरुले माझ्यासमोर उभं राहून मला करून दाखवत होते. फक्त करून दाखवण्यावर थांबेल तर नाट्यशास्त्राचा शिक्षक कसला, माझ्याकडून करवूनही घेत होते. जिथे मी चुकत होतो, तिथे मला दुरुस्त करत होते. सचिन जोशी, गिरीश शिलोत्री, राहुल लोंढे आणि नंदू गोरुले या चौघांनी अक्षरशः साहेब माझ्यात भिनवले आणि त्यातून मला जे साधलं ते मी सिनेमात तुमच्यासमोर मांडलं.

प्रवीणच्या नजरेतून दिसलेला सिनेमा

मी माझ्या परीने दिघे साहेबांचं व्यक्तिमत्त्व, त्यांचे आचारविचार हे सगळं काही समजून घेत होतो. जो जे सांगेल त्यातल जे उत्तम आहे ते टिपकागदासारखं टिपून घेत होतो. दिघे साहेब पडद्यावर कसे दिसणार आहेत हे आता जवळपास मला स्पष्ट झालं होतं. रंगभूषा, वेशभूषा हे घटक होतेच, अभिनेता म्हणून मला अभिनयाच्या माध्यमातून त्यात प्राण फुंकायचे होते. आता मला उत्कंठा होती ती पडद्यावर दिघे साहेब कसे मांडले जाणार आहेत हे जाणून घेण्याची. आमचे वर्कशॉप्स सुरू होऊन बरेच दिवस झाले होते. मी जवळपास रोज प्रवीणला म्हणायचो, ''प्रवीण, मला स्क्रिप्ट वाचायला दे, म्हणजे मला माझ्या भूमिकेचा आवाका कळेल. मी माझी विचारप्रक्रिया सुरू करू शकेन.'' आणि दरवेळी तो ''आत्ता नको,'' असं म्हणायचा. मला त्याच्या या वागण्याचं कोडं काही उलगडत नव्हतं. सिनेमाचं शूटिंग सुरू व्हायला

अवघे आठ-दहा दिवस शिल्लक असताना मी प्रवीणला म्हणालो, "मित्रा, अरे स्क्रिप्टचा थोडा तरी अंदाज दे. पहिल्या लुक टेस्टला पाटी कोरी ठेवलीत ते ठीक होतं. आता असं नाही चालणार." त्याला माझा मुद्दा पटला. तो म्हणाला, "ठीक आहे, उद्या आपण संपूर्ण टीमसमोर वाचन करू. मी वाचून दाखवेन." प्रवीणने सगळ्यांसमोर स्क्रिप्ट वाचणं ही जमेची बाजू होती; कारण तो स्वत: एक लेखक, सिनेमाची कथा, पटकथा, संवादाची जबाबदारी त्याच्याच खांद्यावर, आणि दिग्दर्शनाची धुरासुद्धा तोच सांभाळत होता, त्यामुळे एका लेखकाच्या नजरेतून आणि दिग्दर्शकाच्या दृष्टिकोनातून सिनेमा समजून घेणं ही पर्वणी ठरणार होती.

मंगेशचं ठाण्यात एक मोठं ऑफिस आहे. दुसऱ्या दिवशी प्रवीणने त्या ऑफिसमध्ये सिनेमाशी संबंधित प्रत्येकाला बोलावलेलं होतं. मेकअप, कॅमेरा, लाइट, कॉस्च्यूम पासून गीतकार, संगीतकार, एडिटिंग, कोरिओग्राफर, आर्ट डिरेक्टर, साउंड रेकॉर्डिस्ट पी.आर., प्री प्रॉडक्शन, पोस्ट प्रोडक्शन सिनेमाशी संबंधित ज्या ज्या टीम होत्या, त्या टीममधल्या सगळ्यांना त्याने तिथे हजर राहायला सांगितलं होतं. सिनेमाची टीम नेमकी किती मोठी आहे, त्यात कोण कोण आहे, हे त्या दिवसापर्यंत मला अजिबात माहीत नव्हतं. मी इतर तपशिलांमध्येच इतका अडकलो होतो की विचार करायला आणि विचारायला अजिबात वेळ नव्हता.

त्या दिवशी जेव्हा एक एक माणूस नॅरेशनसाठी पोहोचू लागला तेव्हा मला हळूहळू सिनेमाची टीम उलगडू लागली आणि आजपर्यंत आपण जो विचार करतोय त्यापेक्षा हा सिनेमा आणखी मोठा आहे याची मला जाणीव झाली. कोणतं डिपार्टमेन्ट कोण सांभाळतंय, त्या प्रत्येक डिपार्टमेन्टमध्ये किती माणसं आहेत, कोणावर काय जबाबदारी आहे हे त्या मीटिंगमध्ये स्पष्ट होत होतं. जेव्हा मी एखादा सिनेमा दिग्दर्शित करतो, तेव्हा माझाही हाच विचार असतो की माझ्या टीममधल्या प्रत्येक घटकाला सिनेमा नेमका काय आहे, त्याचं गांभीर्य काय आहे, सिनेमा कसा पुढे जाणार आहे, हे माहिती असणं गरजेचं आहे. तरच प्रत्येकजण आपलं काम समजुतीने करेल आणि पहिल्या मीटिंगमध्येच त्यांना सामावून घेतल्यामुळे प्रत्येकजण हे

काम स्वत:चं काम आहे असं समजून करेल, ज्याचं पर्यवसान सिनेमाच्या यशात होईल.

सिनेमा पडद्यावर दिसण्याआधी सिनेमाशी संबंधित प्रत्येक घटकाला तो त्याच्या डोळ्यांसमोर दिसायला हवा, हा हेतू मनात ठेवून प्रवीणने त्या दिवशी वाचन सुरू केलं. तीन तास प्रवीण वाचत होता आणि समोर बसलेला प्रत्येकजण जिवाचे कान करून ऐकत होता. तीन तासांनंतर प्रवीण थांबला, त्याने समोर पाहिलं आणि भारावलेली शांतता नेमकी कशी असते याचा अनुभव तेव्हा त्याला आला. समोरचा प्रत्येकजण थक्क होता, गहिवरला होता, भारावला होता. त्या अवस्थेला जितकी विशेषणं लावावी तितकी कमी आहेत. प्रवीण उत्कृष्ट लेखकासोबत उत्तम अभिनेतादेखील आहे. त्याचं त्या दिवशीचं वाचन म्हणजे त्याच्या वाचिक अभिनयाचा सर्वोत्कृष्ट आविष्कार होता. त्या दिवशी प्रवीणच्या वाचनात जो सिनेमा आम्ही ऐकला, तोच सिनेमा जसाच्या तसा पडद्यावर दिसला. यात प्रवीणचं कौतुक आहेच; पण याचं श्रेय मंगेशलाही तितकंच; कारण प्रवीणमधल्या दिग्दर्शकाच्या डोळ्यांनी जे स्वप्न पाहिलं, ते स्वप्न सत्यात उतरवण्याचं काम मंगेशने केलं.

त्या दिवशीच्या वाचनामुळे माझ्यासहित संपूर्ण युनिट प्रभावित झालेलं होतं. प्रत्येकाला आपापली जबाबदारी समजली होती. सिनेमाच्या प्रवाहात गाण्यांची जागा कुठे असेल, त्यांचा मूड काय असेल हे गीतकार आणि संगीतकाराला समजलं. किती वेगवेगळ्या प्रकारचे सेट्स लागतील ते कलादिग्दर्शकाला स्पष्ट झालं. व्हिएफएक्सचं काम कुठे आणि किती आहे हे त्या आर्टिस्टला समजलं. पडद्यावरच्या आणि पडद्यामागच्या प्रत्येकालाच त्यांच्या भूमिकांची चौकट त्या दिवशी कळली. त्या वाचनानंतर मरगळ झटकून प्रत्येकजण पेटून उठला आणि हिरिरीने काम करू लागला. सिनेमाच्या यशाची पहिली पायरी प्रवीणच्या वाचनाच्या निमित्ताने आम्ही चढलो, असं म्हटलं तर ते चुकीचं ठरणार नाही.

आता सिनेमाचा आणि माझ्या भूमिकेचा आलेख मला माझ्या डोळ्यांसमोर स्पष्ट दिसत होता. माझ्या अभ्यासाला आणि विचारांना आता नवी दिशा मिळाली होती. पुढचे सात-आठ दिवस माझ्यासाठी

अत्यंत महत्त्वाचे होते; कारण कितीही अभ्यास केला तरी तो कमीच वाटत होता; पण तरीही हे दिवस लवकर संपून कधी एकदा चित्रीकरणाला सुरुवात करतोय असं मला झालं होतं.

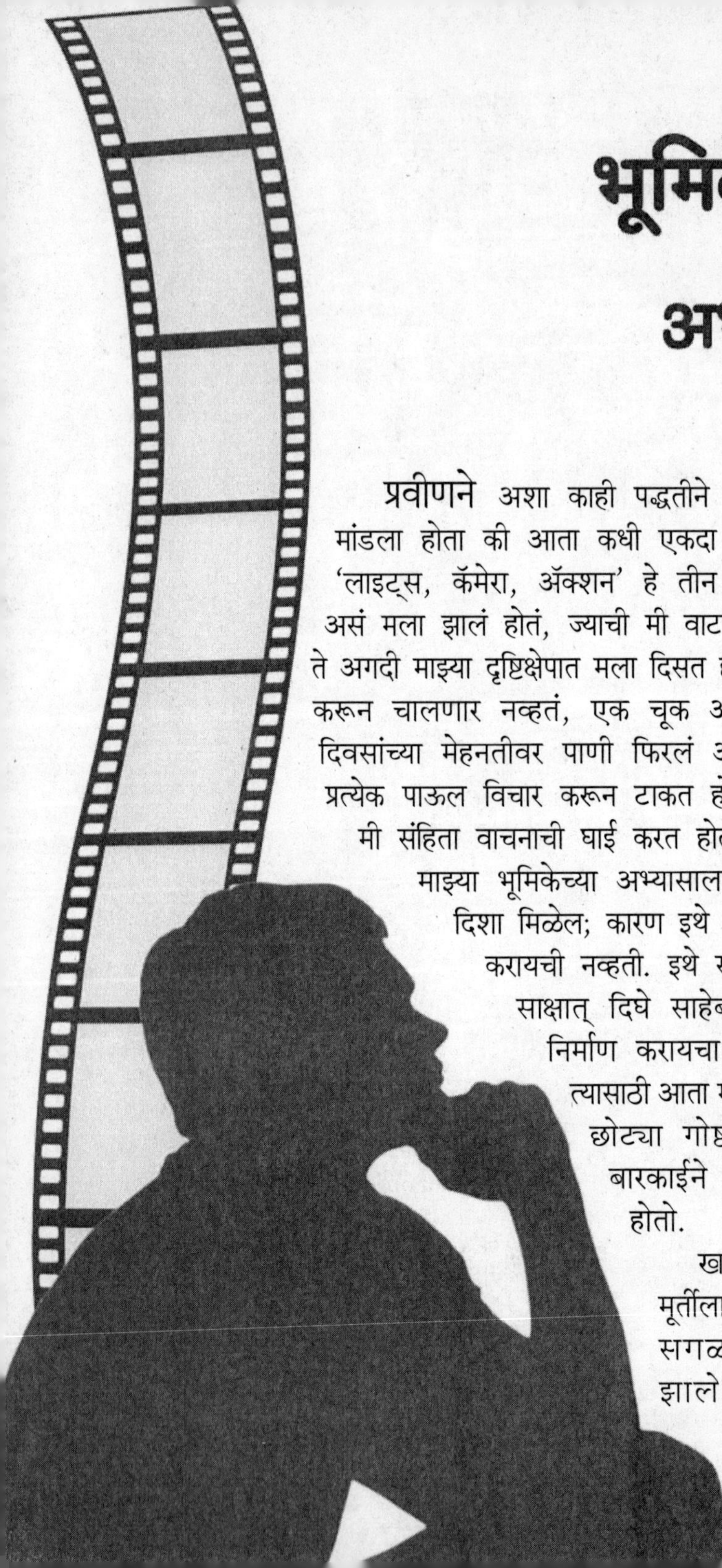

भूमिकेचा सूक्ष्म अभ्यास

प्रवीणने अशा काही पद्धतीने सिनेमा समोर मांडला होता की आता कधी एकदा तयार होऊन 'लाइट्स, कॅमेरा, ॲक्शन' हे तीन शब्द ऐकतो असं मला झालं होतं, ज्याची मी वाट पाहत होतो, ते अगदी माझ्या दृष्टिक्षेपात मला दिसत होतं; पण घाई करून चालणार नव्हतं, एक चूक आणि एवढ्या दिवसांच्या मेहनतीवर पाणी फिरलं असतं. आम्ही प्रत्येक पाऊल विचार करून टाकत होतो. प्रवीणला मी संहिता वाचनाची घाई करत होतो, जेणेकरून माझ्या भूमिकेच्या अभ्यासाला मला योग्य दिशा मिळेल; कारण इथे नक्कल कुठेच करायची नव्हती. इथे संपूर्ण सिनेमात साक्षात् दिघे साहेबांचा आभास निर्माण करायचा होता आणि त्यासाठी आता मी छोट्यातल्या छोट्या गोष्टीचा अत्यंत बारकाईने विचार करत होतो.

खरंतर आता मूर्तीला सजवण्याची सगळी तयारी झालेली होती.

भट्टेकाकांनी त्यांचं काम १०० टक्के चोख पार पाडलं होतं. मेकअप आणि लुकच्या पातळीवर त्यांनी बाजी मारलेली होती. संहितेचं वाचन झालं होतं. लिखाण आणि मांडणीचा डाव प्रवीणने जिंकलेला होता. आता अभिनेता म्हणून माझं काम मला सुरू करायचं होतं, मूर्तीमध्ये प्राणप्रतिष्ठा करायची होती, आणि अर्थात तो प्राण होता अभिनय. पहिल्या लुक टेस्टच्या वेळी मंगेश मला म्हणाला होता की, ''त्याला माझ्या अभिनयावर शंका नाही. माझा लुक या सिनेमाचा मुख्य गाभा आहे. त्यामुळे आपण त्यावर जास्त काम करतोय.'' आता लुक तर पूर्ण झालेला होता, वेळ होती ती मंगेशने माझ्या अभिनयावर दाखवलेला विश्वास सार्थ करून दाखवण्याची. इतकी वर्षं मी जी काही माझ्या कलेची आराधना केली आहे, त्याचं फळ मला या सिनेमाच्या निमित्ताने मिळू दे, अशी मी प्रार्थना करत होतो. माझ्या क्षेत्राशी, माझ्या अभिनयाशी मी कायम प्रामाणिक राहिलोय. त्या प्रामाणिकपणाचं पुण्य या भूमिकेसाठी कामी यावं अशी माझी मनोमन इच्छा होती; कारण जर इथे अभिनय फसला असता, तर हा संपूर्ण प्रयोग फसला असता. मी केवळ हरलो नसतो, तर संपलो असतो; कारण दिघे साहेबांसारखं व्यक्तिमत्त्व, ज्यांना असंख्य लोक देव मानतात, हजारो जण त्यांचे शिष्य आहेत. त्यातल्या एकाची जरी भावना माझ्या अभिनयाने दुखावली गेली असती, तरी मी अभिनेता म्हणून अपयशी झालो याची खंत मला आयुष्यभरासाठी राहिली असती. मला ते ओझं नको होतं. त्यामुळे सिनेमाच्या प्रत्येक सीनमध्येच नाही तर प्रत्येक फ्रेममध्ये जीव ओतून काम करेन हे मनोमन ठरवलेलं होतं. कायिक अभिनय आणि वाचिक अभिनय या दोन्ही पातळ्यांवरच्या प्रत्येक गोष्टीचा मी विचार करायला सुरुवात केली. अभ्यास करू लागलो. निरीक्षण करू लागलो.

एक गोष्ट जी लुक टेस्टच्या वेळीच लक्षात आलेली, ती म्हणजे माझा बांधा हा दिघे साहेबांच्या शरीरयष्टीपेक्षा थोडा रुंद आहे, वजन कमी केल्यामुळे जरी बारीक दिसत असलो, तरी खांद्यांची लांबी कमी करणं काही शक्य नव्हतं. त्यावर मी एक इलाज शोधून काढला. भूमिकेबद्दल मी जो काही विचार करत होतो, त्याची अंमलबजावणी किंवा सरावाला सुरुवात करण्याआधी एकदा प्रवीणशी बोलत होतो, त्याने होकार दिला तरच पुढे जात होतो. मी प्रवीणला म्हणालो, ''प्रवीण, आपण गरजेप्रमाणे वजन कमी केलं आहे; पण खांद्यांची लांबी काही कमी करू शकत नाही.

जर दिघे साहेब उभे करायचे आहेत, तर मी एक काम करतो, मी खांदे पाडून उभा राहतो आणि चालतो.'' प्रवीण म्हटला, ''नुसतं सांगून माझ्या लक्षात येणार नाही. मला तसं करून दाखव.'' मग त्यात मला आणखी एक गोष्ट सुचली. प्रवीणला म्हणालो, ''आणखी एक दिवस दे. मी तुला कॉस्च्युमसोबत करून दाखवतो.'' मी तिथून निघालो आणि आमची कॉस्च्युम डिझायनर रश्मी सावंतला फोन केला आणि तिला सांगितलं की, मला दोन कुर्ते आत्ता ट्रायलसाठी खांद्यावर अर्धा अर्धा इंच सैल शिवून दे. रश्मीने मी केलेल्या सूचनेनुसार संध्याकाळपर्यंत दोन कुर्ते मला आणून दिले. दुसऱ्या दिवशी मी ते कुर्ते घेऊन प्रवीणला भेटायला गेलो. ते कुर्ते खांद्याजवळ अर्धा इंच सैल असल्याने त्यात मी आणखी बारीक दिसत होतो. ते कुर्ते घालून मी प्रवीणला चालून दाखवलं. दिघे साहेबांचे जे व्हिडिओज् मी पाहिले होते, त्यातल्या काही व्हिडिओज्मध्ये दिघे साहेब खूप वेगात चालताना दिसत होते, तर काही व्हिडिओज्मध्ये अत्यंत संथ गतीने, जड पावलं टाकत चालायचे. मी प्रवीणला खांदे पाडून दोन्ही पद्धतीने चालून दाखवलं. माझा तो विचार त्याला पटला आणि ती स्टाइलही त्याला खूप आवडली. त्याने लगेच होकार दिला. त्यामुळे संपूर्ण सिनेमात दिघे साहेबांच्या तरुणपणातले काही सीन सोडले तर बाकी सगळ्या सीनमध्ये मी खांदे पाडूनच उभा राहिलो आहे.

चालण्याचं तर झालं; पण बसण्या-उठण्याचं काय! मला जीन्स किंवा ट्रॅक पॅन्टमध्ये रोजची उठण्या-बसण्याची सवय; पण त्यांच्या काळात काय आत्तासारख्या पॅन्ट्स नव्हत्या. त्या काळात बेलबॉटमची पद्धत. बेलबॉटम पॅन्ट ही टाचेजवळ अत्यंत सैल आणि मांडीजवळ घट्ट असायची, त्यामुळे आयत्यावेळी कॅमेऱ्यासमोर अवघडल्यासारखं व्हायला नको. त्या पॅन्टमधल्या हालचालींचीही सवय व्हायला हवी. जेव्हा हा विचार डोक्यात आला, त्या क्षणी पुन्हा रश्मीला फोन करून तशी पॅन्ट मागवून घेतली. मग ती पॅन्ट घालून चालण्याचा, उठण्याचा, बसण्याचा सराव केला. खुर्चीवर बसण्याचा सराव केला, ज्याचा बलात्काऱ्याला शिक्षा देतानाचा सीन शूट करताना मला फायदा झाला. त्या पॅन्टमध्ये खाली बसण्याचा व्यवस्थित सराव केल्यामुळे रक्षाबंधनाचा सीन जेव्हा आम्ही शूट करत होतो, तेव्हा त्या छोट्या मुलीसमोर खाली बसताना मी अगदी सहज बसलो. त्यात कुठेही अवघडलेपणा नव्हता किंवा मी अडखळलोही नाही. हा सराव करत

असताना ते केवळ मला व्यवस्थित जमायला हवं, एवढाच विचार करून चालणार नव्हता, तर कॅमेऱ्यासमोर ते विचित्र दिसत नाही ना, हेसुद्धा बघणं गरजेचं होतं.

चालण्याचा सराव झाला, बेल बॉटममध्ये उठण्या-बसण्याची सवय झाली. आता मुद्दा होता हातवाऱ्यांचा. एखाद्या राजकारण्याची आणि त्यातही दिघे साहेबांसारख्या लोकनेत्याची भूमिका साकारताना त्यांच्या हालचालींमधला नेमकेपणा टिपणं हे नितांत गरजेचं असतं; कारण अनेक लोकांनी त्यांना अत्यंत जवळून पाहिलेलं असतं, त्यांचं निरीक्षण केलेलं असतं. त्यात दिघे साहेबांचे जेवढे अनुयायी होते, तेवढेच त्यांच्या छोट्या छोट्या गोष्टींचं अनुकरण करणारे त्या काळात खूप लोक होते. त्यामुळे मलाही दिघे साहेब साकारताना सगळ्या गोष्टींचा तपशीलवार विचार करणं भाग होतं. दिघे साहेबांची हातवारे करण्याची, बोटांची हालचाल करण्याची एक विशिष्ट पद्धत होती; पण केवळ हातवाऱ्यांचा किंवा बोटांच्या हालचालींचा सराव करून चालणार नव्हतं; कारण त्यांच्या मनगटावर अनेक धागे-दोरे असायचे, दहाही बोटांमध्ये अंगठ्या होत्या. ते सगळं घालून सराव करणं गरजेचं होतं. कोणती अंगठी सैल आहे, कोणती घट्ट आहे, बोटांची हालचाल करताना कोणती अंगठी टोचत नाही ना, कोणती निसटून पडत नाही ना, या सगळ्याचा विचार करत, ते सगळं घालून सरावाला सुरुवात केली.

माणूस कितीही मोठा झाला तरी त्याने विद्यार्थी दशेतच राहायला हवं, हे अनेकदा ऐकलेलं विधान या सिनेमाच्या निमित्ताने मला पुन्हा एकदा पटलं. अनेक गोष्टी शिकत होतो आणि शिकण्याचा हा काळ जेवढा आव्हानात्मक होता, तेवढाच तो मला अभिनेता म्हणून समृद्ध करणारा होता. दिघे साहेबांची एक अत्यंत वेगळी आणि वैशिष्ट्यपूर्ण गोष्ट म्हणजे त्यांची सिगारेट पकडण्याची पद्धत. सर्वसामान्यपणे सिगारेट ही तर्जनी आणि मधल्या बोटात पकडून ओढली जाते; पण दिघे साहेब मात्र करंगळी आणि अनामिकेत सिगारेट पकडायचे. ज्याला लेविटेटर ग्रीप म्हणतात. तर तशा पद्धतीने सिगारेट पकडण्याची मला सवय करावी लागली. खरंतर अशा प्रकारे सिगारेट ओढण्यासाठी खूप मोठा श्वास घ्यावा लागतो आणि त्याचे तुमच्या शरीरावर परिणामही होतात; पण ती दिघे साहेबांची पद्धत होती, त्यात बदल करणं शक्य नव्हतं. दिघे साहेब खूप सिगारेट ओढायचे,

त्यामुळे जिथे सिनेमात आम्ही प्रत्येक गोष्टीचा बारकाईने विचार करत होतो, तिथे त्यांच्या हातात सिगारेट न दाखवणं हेही योग्य नव्हतं. त्यामुळे मग त्यांच्या स्टाइलने सिगारेट ओढण्याचा मी सराव केला. जेणेकरून शूटिंग करताना ऐनवेळी ठसका लागू नये, शॉट लांबू नये, जास्त रिटेक घ्यावे लागू नयेत.

दिघे साहेब 'विल्स' नावाची सिगारेट ओढायचे, जी खूप हार्ड तंबाखू असलेली सिगारेट आहे. पहिल्या दिवशी जेव्हा मी त्या सिगारेटचा पहिला झुरका घेतला आणि मला जो ठसका लागला, पुढची पाच मिनिटं मला ब्रह्मांड आठवलं. माझी ती अवस्था बघून मग त्या काळातल्या सॉफ्ट फिल्टर्ड किंवा मिंट असलेल्या सिगारेट वापरण्याचाही विचार झाला; पण त्या काळातल्या सिगारेट्सचे फिल्टर गोल्डन होते आणि ज्या सिगारेट वापरण्याचा आम्ही विचार करत होतो त्यांचे फिल्टर पांढरे होते. आम्हाला वास्तवाशी तेवढीही फारकत घ्यायची नव्हती. मग गोल्डन फिल्टरची त्यातल्या त्यात सॉफ्ट तंबाखू असलेली मोठी सिगारेट आणून ती विल्स सिगारेटच्या आकारात कापली, त्यावर सराव केला आणि सिनेमातही तशीच वापरली.

दिघे साहेबांची सिगारेट ओढण्याची पद्धत जेवढी वेगळी होती, तेवढीच त्या सिगारेटची राख झटकण्याची त्यांची स्टाइलही भन्नाट होती, जी मला नंदू गोरुले आणि सचिन जोशींनी दाखवली होती, शिकवली होती. अर्थात् त्याचाही सराव करणं भाग होतं. सिगारेटचा झुरका ओढून हात बाजूला करून हाताला झटका देऊन ती राख झटकावी लागत होती. अशा पद्धतीने राख झटकताना ती कोणाच्या अंगावर उडणार नाही याचीही मी पुरेपूर काळजी घेत होतो.

खरंतर आत्ता हे सगळं सांगताना खूप रंजक वाटतंय, मजा येतेय; पण जेव्हा या सगळ्याचा सराव सुरू होता, तेव्हा, आत्ता इतका सराव करतोय खरा; पण ऐनवेळी काही गोंधळ नको व्हायला, याचं एक वेगळंच टेन्शन आलेलं असायचं. चुकांमधून माणूस शिकत जातो ते अगदी खरं आहे. अनेकदा असं व्हायचं की सगळा गेटअप झाला की एक कुर्ता घालून आम्ही एक सीन शूट करायचो आणि मग पुढच्या सीनसाठी कुर्ता बदलावा लागायचा. तो कुर्ता बदलत असताना अख्खा विग मागून निघायचा आणि तो पुन्हा लावायला अर्ध्या तासाचा वेळ जायचा. हे लक्षात आल्यानंतर कुर्त्याचे गळे मोठे शिवून घेतले, जेणेकरून विग न निघता कुर्ता काढता येईल.

कायिक अभिनयाचा तर जोरदार सराव सुरू होताच; पण त्याचवेळी वाचिक अभिनयाकडे दुर्लक्ष करून चालणार नव्हतं. दिघे साहेबांचे असंख्य फोटोज्, अनेक व्हिडिओज् मी रोजच्या रोज पाहत होतो. त्यांच्या हालचालींमधले बारकावे अंगीकारण्याचा प्रयत्न करत होतो; पण माझ्या दुर्दैवाने दिघे साहेबांची ऑडिओ क्लिप कुठेही उपलब्ध नाही. त्यामुळे ते नेमके कसे बोलायचे, त्यांची बोलण्याची लकब कशी होती, आवाजाचा पोत कसा होता, आवाजातली जरब कशी होती, भावुक झाल्यावर त्यांचा स्वर कसा लागायचा, या गोष्टींची माहिती मिळवण्यासाठी माझ्याकडे साधनंच उपलब्ध नव्हती. दिघे साहेब बोलताना त्यांच्या ओठांची विशिष्ट प्रकारे हालचाल व्हायची हे मला अनेकांनी सांगितलं होतं; पण तोही कायिक अभिनयाचा आणि सरावाचा भाग होता. बोलताना ते थोडेसे अडखळायचे. ते कसे अडखळत बोलायचे हे मला सचिन जोशी, मंगेशने सांगितलं होतं. नंदू गोरुलेंनी करून दाखवलं होतं; पण ती माहिती अगदीच त्रोटक होती. या इतक्याच माहितीच्या भांडवलावर मी त्यांच्यासारखं बोलण्याचा सराव सुरू केला आणि एक गोष्ट माझ्या ध्यानात आली. मी अर्थातच धाव घेतली प्रवीणकडे. मी प्रवीणला म्हणालो, ''प्रवीण, आपण एवढ्या मोठ्या माणसावर सिनेमा करतोय. भलेही ते बोलताना थोडे अडखळत असले, तरी संपूर्ण सिनेमा त्याप्रमाणे अडखळत बोलणं हे काही मला पटत नाही. एका विशिष्ट काळानंतर ते कंटाळवाणं आणि विनोदी वाटू शकतं. खटकू शकतं. आणि त्याचा एकूणच सिनेमाच्या प्रवाहावर परिणाम होईल. दिघे साहेब आपण जेव्हा जेव्हा चिडलेले दाखवतोय किंवा त्यांचा राग त्यांना अनावर झालेला दाखवतोय, त्याचवेळी आपण हे अडखळत बोलणं ठेवू या, बाकीवेळी नको.'' असा प्रस्ताव मी त्याच्यासमोर मांडला आणि त्यालाही तो पटला. हा सिनेमा संपूर्ण महाराष्ट्रात बघितला जाणार होता. दिघे साहेबांना ज्यांनी जवळून पाहिलंय किंवा ते अशा पद्धतीने बोलायचे हे ज्यांना माहितेय त्यांना सिनेमा बघताना ते खटकणार नाही; पण ज्यांनी दिघे साहेबांचं फक्त नाव ऐकलंय, ज्यांना त्यांच्याबद्दल फारशी माहिती नाही, अशा लोकांना हे अडखळत बोलणं विनोदी वाटू शकलं असतं, जे मला नको होतं.

मग माझ्या या मतानुसार मी आणि प्रवीणने सिनेमातले असे काही प्रसंग शोधले जिथे दिघे साहेबांचं अडखळत बोलणं आम्ही दाखवू शकत

होतो. त्याच पद्धतीने बोलत मी प्रवीणला ते सगळे सीन्स वाचून दाखवले. आता यात गंमत अशी झाली की अडखळत बोलण्याचा सराव मी दात लावून केला नव्हता; पण जेव्हा दात लावून मी संवाद बोलू लागलो तेव्हा माझ्या लक्षात आलं की माझ्याही नकळत, अनवधानाने मी अनेक ठिकाणी अडखळत बोलतोय; कारण दातांवर आणखी दात बसवले की उच्चार आपोआप बदलतात.

दात लावून बोलणं हा माझ्यासमोरचा नवा टास्क होता. हातात वेळ कमी होता आणि त्या दातांसोबत जुळवून घेणं गरजेचं होतं. मग मी एका दिवसात चार-पाच तास असेच ते दात लावून ठेवायचो. कधी कधी घरीही दात लावून वाचायचो, टीव्ही पाहत बसायचो. एक-दोन वेळा तर ते दात लावूनच मी झोपलो. जेव्हा जेव्हा मी सेटवर यायचो, आमच्या मीटिंग्ज व्हायच्या तेव्हाही ते दात लावलेलेच असायचे. माझ्या खऱ्या दातांइतकीच त्या नव्या दातांची मला सवय करून घ्यायची होती; पण कधी कधी ते दात त्यांचं अस्तित्व दाखवायचे आणि मग ठणका लागायचा, हिरड्यांना दुखायचं, मस्तकात कळ जायची; पण हार मानायची नाही असं मीही ठरवलं होतं. दात अस्तित्व दाखवू लागले की त्या दुखण्याकडे मी दुर्लक्ष करायला लागलो. असं करत करत दातांनी पुकारलेल्या असहकाराच्या बंडावर मी यशस्वी मात केलीच.

या सगळ्या गोष्टी आव्हानात्मक होत्या; पण त्या माझ्या आवाक्यातल्या होत्या. मला खुणावत होते ते डोळे. इतर सिनेमांमध्ये भूमिका साकारताना माझा संपूर्ण चेहरा मोकळा असायचा, त्यामुळे त्यावरच्या रेषेरेषेतून मला काय सांगायचंय हे दाखवता यायचं. इथे गंमत अशी की माझा अर्ध्याहून अधिक चेहरा हा दाढी, मिशी, विग यांनी झाकलेला होता. त्यामुळे चेहऱ्यावर जे काही भाव दाखवायचे आहेत, जो काही अभिनय करायचा आहे, तो केवळ आणि केवळ डोळ्यांच्या माध्यमातून. त्यात दिघे साहेबांचे डोळे विलक्षण भेदक, बघताक्षणी समोरच्याचा ठाव घेणारे. ते डोळे मला हवे होते, त्या डोळ्यांतला तो भेदकपणा, निडरपणा, त्यातला आत्मविश्वास, त्यातली जरब हे सगळं सगळं मला माझ्या डोळ्यांत उतरायला हवं होतं. मी कित्येक तास त्यांच्या फोटोकडे पाहत बसायचो, त्यांच्या डोळ्यांतल्या वेगवेगळ्या भावनांच्या छटा शोधत राहायचो. सिनेमाचं शूटिंग पूर्ण होईपर्यंत माझ्या मोबाइलच्या वॉलपेपरवरही दिघे साहेबांचाच फोटो होता. मंजू कधी

कधी गमतीने म्हणायची, ''प्रसाद, इतके वर्षांत तू माझ्याकडेही कधी इतका वेळ आणि एकटक पाहिलं नसशील जेवढं त्यांच्याकडे पाहतोयस.'' पण, तिला माहिती होतं मला कसला ध्यास आहे आणि एक दिवस जे मी शोधतोय ते मला मिळेल, ते मी साध्य करेन यावर तिचा विश्वासही होता.

दिघे साहेबांचं वर्णन करताना मी अनेकांकडून ऐकलं होतं की, ते एका दिवसात दोन दिवस जगायचे. २४ तासांतले, २०-२१ तास ते काम करायचे. केवळ दोन-तीन तास झोपायचे. कधी कधी तर फक्त १५ मिनिटांचा डुलका घ्यायचे. या सततच्या जागरणाने त्यांच्या डोळ्यांत कायम एक लालसर छटा दिसायची. थोडा थकवा असायचा आणि काळ्या वर्तुळांमुळे डोळे थोडे खोलही गेलेले दिसायचे. दिवस दिवस उन्हात फिरल्याने डोळ्यांभोवतीची त्वचा रापलेली असायची. हे सगळं मेकअपमधून भट्टेकाकांनी दाखवलं होतं; पण अपुऱ्या झोपेमुळे डोळे कसे दिसतात ते मेकअपमधून दाखवता येणं शक्य नव्हतं. ते माझं मलाच शोधायचं होतं आणि म्हणून मी एक प्रयोग करायचा ठरवला. ठरवून एक संपूर्ण दिवस झोपलो नाही. रात्रभर जागा होतो. त्यानंतर जे मला माझ्या डोळ्यांत दिसलं ते दिघे साहेबांच्या डोळ्यांच्या जवळपास जाणारं होतं. तरीही जे मला हवं ते १०० टक्के साध्य झालं नव्हतं. शूटिंग सुरू व्हायला दोन दिवस शिल्लक असताना मी अनन्यभावाने त्यांना शरण गेलो आणि त्यांच्या फोटोसमोर हात जोडून म्हणालो, ''तुमच्या आशीर्वादाशिवाय आता हे शक्य नाही. मला तुमचा आशीर्वाद हवा आहे. हट्ट समजा माझा हवं तर; पण तो आशीर्वाद मला डोळ्यांच्या रूपाने हवाय. मला तुमचे डोळे हवे आहेत. आजवर तुमच्याकडे आलेल्या कोणालाच तुम्ही रिकाम्या हाताने परत पाठवलेलं नाही, मलाही पाठवू नका.'' असं म्हणून मी डोळे मिटले आणि जेव्हा डोळे उघडले तेव्हा एका वेगळ्याच सकारात्मकतेने मला व्यापलेलं होतं. कोणाचा विश्वास बसो अथवा न बसो, दिघे साहेबांनी मला आशीर्वाद दिला होता. माझ्या झोळीत वरदान दिलं होतं. त्यानंतर प्रत्येक पावलावर त्यांचा आश्वस्त करणारा हात माझ्या खांद्यावर आहे असं मला वाटायचं. जणू काही ते सांगतायत, काळजी करू नकोस पोरा, सगळं चांगलं होणार. सिनेमा १०० टक्के यशस्वी होणार. तुझ्या प्रयत्नांना यश मिळणार. आता या आशीर्वादासह मैदानात उतरण्याचा दिवस मला समोर दिसू लागला होता, खुणावत होता.

शूटिंगचा पहिला दिवस

२७ डिसेंबरच्या रात्री मला अजिबात झोप लागली नाही. थोडी धाकधूक होती, थोडा उत्साह होता; कारण गेल्या काही दिवसांत जे जे वेचलंय, ते ते सगळं उद्यापासून अमलात आणायचं होतं. थिअरी पूर्ण झाली होती. आता प्रॅक्टिकल्सची वेळ होती. २८ डिसेंबर ही आमच्या चित्रीकरणाची पहिली तारीख होती. उद्या दिवसभर धावपळ होती. त्यामुळे विश्रांती गरजेची आहे हे जाणून मी स्वत:ला झोपण्यासाठी बजावत होतो. मध्यरात्रीच्या सुमारास डोळा लागला आणि पहाटेच जाग आली. शिफ्ट नऊची होती; पण माझ्या गेटअपसाठी लागणारा वेळ लक्षात घेता माझा कॉल टाइम सातचा होता. आवरून सेटवर पोहोचलो. शूटिंगचा पहिलाच दिवस असल्याने प्रत्येकामध्ये एक वेगळाच उत्साह संचारला होता. सेटवर चैतन्य होतं. पहिलाच दिवस असल्याने थोड्या सोप्या सीनने सुरुवात करण्याचं ठरवलं होतं. आधी दोन लुक टेस्ट झालेल्या असल्याने

काय करायचं आहे हे भट्टेकाकांना कळलं होतं आणि त्यांचा हातही सरावला होता. त्यामुळे पावणे नऊ- पर्यंत मी तयार होऊन कधी बोलवणं येतंय याची वाट पाहू लागलो. साडे नऊ वाजता प्रवीणचा असिस्टंट मला बोलवायला आला. “येतो” असं म्हणून मी एकदा आरशात पाहिलं. समोर ठेवलेल्या दिघे साहेबांच्या फोटोकडे पाहिलं आणि पुढच्या पाचव्या मिनिटाला व्हॅनिटीच्या बाहेर पाऊल टाकलं... आणि त्यानंतर समोर मी जे पाहिलं, ते पाहताना त्या क्षणी माझ्या डोळ्यांवर माझा विश्वास बसत नव्हता... आणि जे मी पाहिलं ते मी आयुष्यात कधीही विसरू शकणार नाही. माझ्या व्हॅनिटी समोर तेव्हा ५०-६० लोक उभे होते. ते उभे होते केवळ मला बघण्यासाठी, त्यांच्या दिघे साहेबांच्या लुकमध्ये मी कसा दिसतो हे पाहण्यासाठी... आणि कदाचित २० वर्षांनंतर चालतेफिरते दिघे साहेब पुन्हा अनुभवण्यासाठी, पुनःप्रत्ययाचा अनुभव घेण्यासाठी. ज्या लोकांची इथे गर्दी होती, ते लोक सेटवरच्या कोणाचेच कोणीही लागत नव्हते, कोणाच्या ओळखीने आले नव्हते. त्यांना आणि आम्हाला जोडणारा एकच सामाईक धागा होता तो म्हणजे आनंद दिघे साहेब.

सिनेमाचं शूटिंग ठाण्यातल्या खूप आतल्या भागात सुरू होतं; पण तरीही मंगेशने चोख सुरक्षाव्यवस्था ठेवली होती. मला किंवा इतर कोणत्याही कलाकाराला त्रास होऊ नये. जमलेल्या लोकांपैकी कोणीही माझे फोटो काढू नये, माझा लुक आधीच बाहेर दिसू नये यासाठी मंगेशने विशेष बाउन्सर्सची व्यवस्था केलेली होती; पण ‘धर्मवीर’ सिनेमाचं शूटिंग सुरू होतंय हे समजल्यावर दीड तास माझ्यासाठी ताटकळत उभ्या राहणाऱ्या लोकांना फोटो काढण्यात स्वारस्य नव्हतं. त्यांना दिघे साहेबांच्या लुकमधल्या मला आणि पर्यायाने त्यांच्या दिघे साहेबांना केवळ एकदा डोळे भरून पाहायचं होतं. मी प्रत्येकाच्या डोळ्यांतले भाव अगदी निरखून बघत होतो, आणि त्यातलं प्रेम, आदर, कौतुक, कृतज्ञता असे वेगवेगळे भाव पाहून मी चिंब चिंब होत होतो. मला कळत होतं की ते माझ्यासाठी जेवढं आहे, त्यापेक्षाही जास्त ते दिघे साहेबांप्रति आहे; पण त्या क्षणी मी तरी कुठे माझ्यात होतो, मीही त्यांच्यातलाच एक होऊन त्यांच्या नजरेने स्वतःकडे पाहत होतो. लोकांना आकर्षित करण्याच्या दिघे साहेबांच्या शक्तीचा मला

झालेला तो पहिला साक्षात्कार होता. एवढ्या मोठ्या व्यक्तिमत्त्वाची भूमिका निभावताना ताण असणं स्वाभाविक आहेच; पण शूटिंगच्या पहिल्याच दिवशी, त्या गेटअपमध्ये सेटवर पहिलं पाऊल टाकताना जर लोकांची एवढी उत्कट आणि उत्स्फूर्त प्रतिक्रिया अनुभवायला मिळत असेल तर ती एखाद्या अभिनेत्यासाठी किती मोठी संजीवनी असते, हे शब्दांत सांगणं आणि मांडता येणं निव्वळ अशक्य आहे.

पहिल्या दिवशी जो पहिला सीन शूट केला तो सिनेमामध्ये ५५व्या मिनिटाला दिसतो. आणि ५५व्या दिवशी जो सीन शूट केला तो सिनेमात दिसतच नाही. पहिल्या दिवशी जो पहिलाच सीन शूट केला तो असा होता की, दिघे साहेबांच्या दोन्ही बहिणी आनंद आश्रमात त्यांच्या भेटीला आलेल्या आहेत आणि लग्न करण्यासाठी त्यांनी हट्ट धरलाय. दुसरीकडे आश्रमाबाहेर सगळे कार्यकर्ते साहेबांची महापालिकेत जाण्यासाठी वाट बघतायत. दुसऱ्या दिवशी महापौर निवडणूक आहे, त्यामुळे साहेब घाईत आहेत. अशात बहिणींचा हा अवघड हट्ट. थोड्याशा त्रासलेल्या मन:स्थितीत ते आश्रमाबाहेर येतात, समोर गर्दी असते. कार्यकर्त्यांना ते चार गोष्टी सुनावतात आणि तेवढ्यात बाहेर येऊन बहिणी एवढ्या सगळ्या लोकांसमोर लग्नाचा विषय काढतात. त्यामुळे आलेलं अवघडलेपण, झालेला त्रागा आणि बहिणींना लग्नाबद्दल दिलेली निर्वाणीची समज... अशा वेगवेगळ्या भावनांनी भरलेला तो सीन प्रथम शूट करायचा असं ठरवलं आणि सीनच्या वाचनाला सुरुवात केली. कुठे पॉज घ्यायचा, कुठे अडखळत बोलायचं, कुठे आवाजात जरब हवी, कुठे अवघडलेपण हवं अशा सगळ्या जागांचा मी आणि प्रवीण विचार करत होतो. मी जसा सीन वाचू लागलो, सराव करू लागलो, तशा माझ्या सहकलाकारांच्या प्रतिक्रिया उमटू लागल्या. ते ज्या प्रकारे माझ्याकडे बघत होते, ते पाहून मी जरा बुजल्यासारखा झालो. विघ्नेश जोशी, दिगंबर नाईक, विजय निकम, ज्योती मालशे हे सगळे अचंबित होऊन माझ्याकडे पाहत होते. मला आता ते सहन होईना आणि काही कळेना. मी थांबलो आणि त्यांना विचारलं, "माझं काही चुकतंय का? चांगलं होत नाहीये का? कुठे काही कमी वाटत असेल तर प्लीज मला सांगा. मी आणखी चांगलं देण्याचा प्रयत्न करेन."

गंमत अशी झाली होती की सिनेमात मी मुख्य भूमिकेत होतो,

माझा रोल मोठा होता; पण माझ्यासमोर जे उभे आहेत तेसुद्धा कोणत्यातरी मोठ्या आणि प्रसिद्धच व्यक्तिरेखा साकारत आहेत. विघ्नेश जोशीने साकारलेले प्रकाश परांजपे, विजय निकमने जिवंत केलेले मो. दा. जोशी. प्रवीण भोळेंनी उभे केलेले उद्धवराव जगताप ही त्या काळातली ठाण्यातली खूप मोठी प्रस्थं होती. त्यामुळे इतर कलाकारांवरही त्या भूमिका साकारण्याचं दडपण होतं; पण काही क्षणांसाठी ते दडपण विसरून ते त्या वाचनात हरवून गेले. तेव्हा मला एका गोष्टीची जाणीव झाली, ती म्हणजे दिघे साहेबांबद्दल ठाण्यातल्या या सगळ्या बड्या व्यक्तिमत्त्वांच्या मनात त्या काळात किती आदर असेल. दिघे साहेब बोलताना हे सगळेजण त्यांच्याकडे किती प्रेमाने, अचंब्याने, आपुलकीने बघत असतील. इतिहासाची पुनरावृत्ती होतेय याची जाणीव सगळ्यांनाच झाली आणि त्याचे आपण केवळ साक्षीदार नाही तर एक भागही आहोत, या भावनेने सगळ्यांच्याच चेहऱ्यावर हसू फुललं.

या घटनेनंतर प्रवीणने दिग्दर्शकाच्या भूमिकेतून एक टिप्पणी केली, जी महत्त्वाची होती. तो म्हणाला, "सगळ्यांना आपापली भूमिका समजली आहे. सगळे आपापली भूमिका उत्तम साकारतील याची मला खात्री आहे. तुम्ही सगळे प्रतिभावान नट आहात, त्यामुळे पुढचे काही दिवस एकमेकांना आजमावण्यात, एकमेकांचं निरीक्षण करण्यात जातील. त्यामुळे असं होत राहील. ते मागे सोडून, विसरून आपण पुढे काम करत राहू. आपण आज पहिला दिवस समजून काम करायचंच नाहीये. याआधी आपण खूप सराव केला आहे, त्यामुळे हे अवघडलेपण लवकर जायला हवं." याच नोटवर आम्ही पहिल्या सीनचा पहिला टेक दिला आणि तो सीन वन टेक ओके झाला. पहिला सीन एका टेकमध्ये ओके होणं हे खूप शुभ मानलं जातं. माझ्यासाठी तोही एक आशीर्वादच होता. या सीननंतर एक गोष्ट जाणवली की शूटिंगचे सगळे दिवस आमच्यात एक सूचनांची, सल्ल्यांची, अभिनयाची सकस देवाणघेवाण होणार आहे. माझे सहकलाकार त्यांच्या भूमिकांचं बेअरिंग नीट पकडतायत की नाही याकडे मी पाहत होतो, तर मला दिघे साहेबांची भूमिका पेलवतेय की नाही याकडे त्यांचंही बारीक लक्ष होतं. यात कुठेच कोणाचा अहंकार मध्ये येत नसल्याने त्या खेळीमेळीच्या वातावरणात शूट करताना आणखी मजा येत होती.

पहिल्या दिवशी आणखी दोन सीन आम्ही शूट केले आणि पॅकअप केलं. मनावरचा भार काहीसा हलका झाला. शूट संपवून परत येत असताना पहिल्या लुक टेस्टचा दिवस मला आठवत होता. ही भूमिका मला मिळेल का, हा प्रश्न घेऊन त्या दिवशी निघालो होतो ते आजचा दिवस, ज्या दिवशी मी ती भूमिका साकारायला सुरुवात केली होती. माझ्यासाठी हा प्रवास खूप मोठा होता, थकवणारा होता, शिकवणाराही होता. आता भूतकाळात रमून चालणार नव्हतं; कारण अजून खूप मोठा पल्ला गाठायचा होता. अनेक आव्हानांना तोंड द्यायचं होतं, ज्यातली काही अपेक्षित होती आणि काही अनपेक्षित.

शूटिंगचे पुढचे दिवस आणि आव्हानात्मक प्रसंग

आजवर कोणताही सिनेमा, मग तो कितीही छोटा असो वा मोठा, आव्हानांशिवाय पूर्ण झालाच नाही. प्रत्येकवेळी ती आव्हानं वेगळी होती. वेगवेगळ्या पातळ्यांवर होती. ज्यांनी आयुष्यभर वेगवेगळ्या आव्हानांचा सतत सामना केला, त्यांचा जीवनपट आव्हानात्मक नसता तरच नवल. डिसेंबरचे शेवटचे दोन दिवस ते एप्रिल अशा चार महिन्यांच्या कालावधीत आम्ही एकूण ५० ते ५५ दिवसांत या सिनेमाचं चित्रीकरण पूर्ण केलं. पॅकअप झाल्यानंतर आता शूटिंगची पुढची तारीख कोणती आहे, तेव्हा कोणकोणते प्रसंग शूट करायचे आहेत, हा विचार सतत व्यापून असायचा. शूटिंगचा प्रत्येक दिवस हा पहिल्या दिवसासारखाच वाटायचा; कारण दरवेळी काहीतरी नवीन कळायचं, नवीन शिकायला मिळायचं. माझ्यासाठी हा सिनेमा, त्याचा प्रवास हा एक अविस्मरणीय अनुभव आहे.

सिनेमाच्या युनिटमधले जे स्पॉटबॉइज् असतात, ते शूटिंगच्या दिवशी सगळ्यांच्या एक-दोन तास आधी येतात आणि शूटिंग संपल्यानंतर

सगळे गेल्यावर आवरून मग जातात. या सिनेमाच्या वेळेला माझीही शिफ्ट त्यांच्यासारखीच लागायची. शिफ्टच्या साधारण दोन तास आधी माझा कॉल टाइम असायचा. मी सेटवर यायचो तेव्हा व्हॅनिटी व्हॅनवाला साखरझोपेत असायचा. रात्री सगळं आवरून झोपायला त्यांना उशीर व्हायचा, त्यामुळे ते अगदीच स्वाभाविक होतं. मी त्याला उठवायचो. त्या अर्ध्या झोपेत तो लाइटमनला शोधायचा. आपल्याला नेमकं काय करायचंय, याचा लाइटमनच्या डोक्यात प्रकाश पडला की तो जनरेटरवाल्याला हाक मारायचा. तो जनरेटर ऑन करायचा, मग लाइटमन व्हॅनिटचं कनेक्शन द्यायचा. ही चेन रिॲक्शन पूर्ण झाली की मग व्हॅनिटी व्हॅनचा केअर टेकर व्हॅनिटी साफ करायचा आणि मग मी आतमध्ये जायचो. या सगळ्यात भट्टेकाकांची येण्याची वेळ कधीच चुकली नाही. कधी कधी तर ते वेळेच्या १०-१५ मिनिटं आधी येऊन थांबायचे. मेकअप आणि गेटअप पूर्ण व्हायला साधारण दीड-दोन तास लागायचे. मी तयार होईपर्यंत युनिटमधली इतर माणसं, सहकलाकार हे सगळे आलेले असायचे. दिवसभर आम्ही शूट करायचो आणि पॅकअप झाल्यानंतर सगळं आवरायला मला किमान एक तास लागायचा. दिवसभर दाढी-मिशी लावूनच असायचो. ती सारखी निघू नये म्हणून घट्ट चिकटवलेली असायची. दिवसाच्या शेवटी ती अगदी हळुवारपणे आणि बारकाईने काढायला लागायची. ती पट्कन ओढून काढली असती तर तिचं नेट बिघडलं असतं. पुढच्या वेळी त्या गोष्टी वापरता आल्या नसत्या आणि अर्थात् माझ्या त्वचेलाही त्याचा त्रास झाला असता. विग काढायलाही फार वेळ लागायचा. मग भट्टेकाकांकडे असलेल्या एका विशिष्ट सोल्यूशनने चेहऱ्यावरचा मेकअपचा थर आणि दाढी-मिशी चिकटवण्यासाठी वापरलेला गम काढावा लागायचा. डोळ्यांखालचा मेकअप वेगळा आणि जास्त असायचा. त्यामुळे तो काढायला एक वेगळं ऑइल असायचं. असा हळूहळू तो मेकअप काढावा लागायचा. कधी कधी मेकअप काढतानाच मला झोप लागायची इतका थकवा आणि शीण आलेला असायचा. दाढी-मिशी, विग-प्रमाणे दातही दिवसभर माझ्या शरीराचे अविभाज्य अंग बनलेले असायचे. ते दात काढून स्वच्छ करायचे, ब्रश करायचा, दिवसभर ते दात लावून जॉ-लाइन आखडलेली असायची; मग पाच मिनिटं चेहऱ्याचे

व्यायाम करायचे आणि मग निघायचं, असा माझ्या शूटिंगच्या दिवसांचा दिनक्रम असायचा.

आजवर अभिनयाच्या शाळेत मी जे काही शिकलोय, त्याची परीक्षा घेण्याची संधी मला या सिनेमाच्या निमित्ताने मिळाली. या सिनेमाचा आलेख जर पाहिला तर तो एकाच दिशेने जाणारा नाही. त्यात अनेक चढ-उतार आहेत. नवरसांपैकी वेगवेगळ्या रसांचा त्यात अंतर्भाव आहे. अनेक वेगवेगळ्या आशयाचे सीन आम्ही शूट केले. दिघे साहेबांच्या स्वभावाचे, त्यांच्या अंतरंगाचे वेगवेगळे पैलू उलगडून दाखवणारे ते सीन होते. त्यांच्या आयुष्यात मैलाचा दगड ठरलेल्या घटना होत्या. त्यातला प्रचंड आक्रमकता दाखवणारा सीन होता तो म्हणजे बिरजे बाईंच्या घरासमोर पेटलेल्या दंगलीचा. खूप मोठ्याने बोलावं लागणार होतं. फायटिंग होती. तो सीन करताना खूप दमछाक झाली होती. आधी दंगेखोरांना मारून मग तिथल्या लोकांना झोपेतून जागं करून, त्यांच्या डोळ्यांवरची झापडं काढून, त्यांना वास्तवाची जाणीव करून द्यायची होती. खूप वेगवेगळ्या अँगलने आम्ही तो सीन शूट केला. अडचण ही होती, की प्रत्येक टेकला मला तीच एनर्जी आणि तीच आक्रमकता कायम ठेवायची होती, नाहीतर त्या सीन-मधल्या फ्रेम मॅच झाल्या नसत्या. त्याच सीनमध्ये थोडी जाळपोळ झाल्याचंही दाखवलं गेलंय. त्यामुळे धूर झाला होता, त्याचा आवाजावर परिणाम होत होता.

पुढे एक जो सीन होता तो भिवंडीतल्या दंगलीचा, जिथे शस्त्र हातात घेऊन उभे असलेल्या दंगेखोरांना दिघे साहेब एकटे सामोरे जातात. ज्या गल्लीत आम्ही तो सीन शूट करत होतो, ती गल्ली अत्यंत निमुळती आणि अरुंद होती आणि आम्ही जवळपास ५००-७०० माणसं त्या गल्लीत शूटिंगसाठी उभी होतो. सगळ्यात मोठं आव्हान होतं ते म्हणजे, त्या गल्लीत, एवढ्या गर्दीत बाइकचा स्फोट करण्याचं. तो स्फोट माझ्यापासून अगदी तीन फुटांच्या अंतरावर होणार होता. सगळ्यांच्याच मनात भीती होती. स्फोट व्यवस्थित होणं गरजेचं होतं. कोणालाही इजा होऊन चालणार नव्हती. माझ्या मागे आणि समोर अशी मिळून २५०-३०० माणसं होती. फ्रेममध्ये दिसणार नाहीत अशा पद्धतीने टेक्निशिअन्स, स्पॉटबॉय, साउंडवाले ही युनिटची

सगळी माणसं अक्षरशः लपली होती. आमचे अत्यंत अनुभवी आणि हुशार फाइट मास्टर पी.के. यांनी संपूर्ण सीनची रंगीत तालीम करून घेतली; पण त्या स्फोटाची रंगीत तालीम होऊ शकत नव्हती; कारण जी बाइक आणली होती, ती एकच होती, त्यामुळे रंगीत तालीम न करता स्फोटाचा तो सीन वन टेक ओके करायचा होता. बाइकचा स्फोट तर वन टेक ओके झाला. आता माझी खरी कसोटी होती; कारण अवघ्या तीन फुटांवर तो स्फोट झाल्यानंतर त्यात आगीच्या लोळातून माझा चेहरा दिसतो, तेव्हा मला डोळे मिटून किंवा मिचकावून चालणार नव्हते. समोरच्या जमावाला दहशत बसवणारी डोळ्यांतली ती थंड आग कायम ठेवायची होती. त्यामुळे त्या टेकच्या आधी जवळपास मी मिनिटभर शांतपणे डोळे मिटून उभा होतो, ज्याचा मला खूप फायदा झाला आणि त्या सीनलाही रिटेकची गरज लागली नाही.

स्फोटाचा सीन तर झाला; पण त्यात झालं असं की स्फोट घडवून आणण्यासाठी एका विशिष्ट केमिकलचा आम्ही वापर केला होता, त्याचा वास आणि धूर त्या अरुंद गल्लीमध्ये भरून राहिला. त्यामुळे श्वास कोंडत होता, डोळे चुरचुरत होते, घशाला त्रास होत होता. त्या परिस्थितीत मला त्या मुस्लीम दंगेखोरांसमोर जाऊन पुढचे संवाद म्हणायचे होते. बरं, तो काही सेट नव्हता, रिअल लोकेशन होतं. त्यामुळे पंखा, ए.सी. लावण्याचीसुद्धा काही सोय नव्हती. हे कमी की काय म्हणून त्या गल्लीत दोन्ही बाजूला जे बार होते, त्यामध्ये मोठ्याने गाणी लावलेली होती. आमचं शूटिंग सुरू आहे म्हणून तुम्ही तुमची गाणी बंद करा, हे त्यांना सांगणं काही संयुक्तिक नव्हतं; पण त्या गाण्यांमुळे त्या सीनसाठी अपेक्षित माहौलही तयार होत नव्हता. मला दंगेखोरांसमोर जाऊन त्यांना जे सांगायचं होतं, त्यात संताप होता, उद्वेग होता, धाक होता; पण तरीही तिथे जाऊन मला आरडाओरडा न करता शांतपणे पण जरब बसेल अशा पद्धतीने ते संवाद म्हणायचे होते. आजूबाजूच्या गाण्यांच्या कोलाहलात माझे संवाद साउंडवाल्याला ऐकू जावेत म्हणून मला तेव्हा मोठ्याने बोलावं लागलं. तिथलं मोठ्याने बोलणं हे पडद्यावर पाहताना ओरडणं वाटू नये याची खबरदारी मी डबिंगच्या वेळी घेतली.

या दोन सीनमध्ये प्रचंड आक्रमकता होती; पण काही सीन असे

होते जे अत्यंत भावनिक होते, तरल होते. आनंद आश्रमात रक्षाबंधनाचा सोहळा सुरू आहे. दिघे साहेबांना भाऊ मानणाऱ्या स्त्रियांची रांग पार तलावपाळीपर्यंत जाऊन पोहोचली आहे आणि त्याच रांगेत दिघे साहेबांच्या दोन्ही सख्ख्या बहिणीसुद्धा आपला नंबर केव्हा लागतोय याची वाट पाहत उभ्या आहेत. कंटाळून त्या आतमध्ये निरोप पाठवतात आणि त्यानंतर त्यांना आतमध्ये नेण्यासाठी दिघे साहेब बाहेर येतात हा तो सीन. प्रत्येकाला समान न्याय ही दिघे साहेबांची कार्यप्रणाली होती. त्यामुळे केवळ रक्ताचं नातं आहे म्हणून दिघे साहेब त्यांना आत नेतात; पण त्याचवेळी तुमच्याकडून राखी तेव्हाच बांधून घेईन जेव्हा तुमचा नंबर येईल, अशी प्रेमळ दटावणीही त्यांना करतात. दिघे साहेबांची तत्त्वनिष्ठता दाखवण्यासोबत एक वेगळी निरागस नोटही याच प्रसंगात आहे. त्याच रांगेत एक लहान मुलगी उभी आहे, जी त्यांना 'दाढीवाल्या' अशी हाक मारते. ही हाक ऐकून ते रस्त्यातच तिच्यासमोर बसतात आणि बोलतात. हा सगळा सीन शूट करताना त्यातला जिव्हाळा, आपुलकी, निरागसता कायम ठेवायची होती. अभिनयाच्या पातळीवर मी ते करत होतो; पण तो सीन करताना मला त्रासही खूप होत होता. जवळपास १५०-२०० राख्या माझ्या हातावर होत्या. त्या जुन्या पद्धतीच्या राख्या असल्याने थोड्या वजनदार होत्या, थोड्या घट्ट झाल्यामुळे टोचत होत्या. कुंकवाने अक्षरशः माझा मळवट भरलेला होता. ते कुंकू केसात, दाढीवर पसरलं होतं. वाऱ्याने उडून ते नाका-तोंडात जात होतं, घामामुळे थोडं चिकटत होतं; पण त्या त्या सीनची गरज ओळखून सगळं सांभाळून घेत आम्ही पुढे पावलं टाकत होतो.

एक प्रसंग असा होता, जो शूट करण्यासाठी आम्ही थेट एक अत्यंत उंच टाकी गाठली. ठाण्याची आमदारकी कोणाला द्यायची याचा निर्णय घेण्याचा तो सीन होता. काही नगरसेवक, दिघे साहेबांची विश्वासू माणसं, स्वत: दिघे साहेब असे त्या टाकीवर जमलेत, असं दाखवायचं होतं. पडद्यावर त्या प्रसंगात जिथे १०-१२ माणसं दिसतात, प्रत्यक्षात चित्रीकरण करताना किमान ७०-७५ माणसं तिथे होती. त्या टाकीवर जाण्यासाठी कोणती लिफ्ट नव्हती किंवा चित्रीकरणासाठी लागणारं साहित्य वर न्यायला क्रेनही नव्हती. बरं, वापरले जाणारे कॅमेरे किंवा ट्रायपॉड हे खूप जड असतात, त्यामुळे ते सगळं वर नेताना

प्रचंड दमछाक होणार होती. लोकेशनवर पोहोचल्यानंतर क्षितिश दाते थोडासा गोंधळला होता. नेहमी इतरांपेक्षा दुप्पट उत्साहात असणारा क्षितिश या वेळी मात्र शांत होता, मागे मागे राहत होता. त्याचं कारण आम्ही जिना चढायला सुरुवात केल्यानंतर कळलं. क्षितिशला व्हर्टिगोचा त्रास आहे, त्यामुळे त्याला उंचीची भीती वाटते. इतक्या उंचावर जाताना क्षितिश पाच-दहा पायऱ्या चढायचा, पाच मिनिटं बसायचा, असं करत करत तो कसाबसा वर आला. त्यात हा सीन आम्ही भर दुपारी उन्हाच्या चांदण्यात शूट केला; पण एका गोष्टीचं कौतुक करावं लागेल. त्या त्रासाचा, भीतीचा लवलेशही त्या पूर्ण सीनमध्ये त्याच्या चेहऱ्यावर दिसला नाही. सीन शूट झाला. आम्ही सगळे खाली उतरलो. हुश्श! अशीच प्रत्येकाची भावना होती; पण कहानी में ट्विस्ट अजून बाकी होता. हा सीन शूट करताना काही तांत्रिक अडचणी आल्या आणि त्यामुळे अख्खा सीन आम्हाला री-शूट करावा लागणार हे आम्हाला कळलं आणि आमचा सगळा लवाजमा पुन्हा त्या टाकीच्या पायथ्याशी येऊन उभा राहिला. पुन्हा ती १५-१६ माळ्यांची टाकी चढलो. आम्हाला कोणाला त्रास होऊ नये म्हणून आमचे स्पॉटबॉइज् जिवाचं रान करत होते. आम्हाला चहा-कॉफी, सरबत देण्यासाठी सगळे कॅसरोल घेऊन चढ-उतार करत होते. एखाद्या सिनेमाच्या संहितेत चढ-उतार असतात, हे माहिती होतं; पण त्यासाठी प्रत्यक्षातही चढ-उतार करायला लागण्याची ही पहिलीच वेळ होती. 'टाकी'चे घाव सोसल्याशिवाय देवपण येत नाही' या म्हणीचा त्या दिवशी मला नव्याने साक्षात्कार झाला होता.

या सिनेमामध्ये दिघे साहेबांची आक्रमकता दाखवणारे, भावनाप्रधान दिघे साहेब दाखवणारे सीन खूप आहेत; पण दिघे साहेबांना सोबत घेऊन विनोदनिर्मिती करणारे सीन अगदीच कमी आहेत. एक प्रसंग, जो वेगळ्या धाटणीचा होता. दिघे साहेबांच्या आणि या सिनेमाच्या एकूणच स्वभावाशी विरोधाभासी होता, तो म्हणजे हृदयविकाराच्या सौम्य धक्क्याने जेव्हा दिघे साहेब पहिल्यांदा ॲडमिट होतात, तेव्हाचा प्रसंग. ते हॉस्पिटलमध्ये असतात. नवरात्र तोंडावर असताना, तयारी अपूर्ण असताना हॉस्पिटलमध्ये पडून राहणं त्यांना मान्य नसतं. हाताला लावलेले ऑक्सिमीटर वगैरे फेकून देत ते सलाइन हातात घेऊन तरातरा

चालत वॉर्डच्या बाहेर येतात, तेवढ्यात बाळासाहेबांचा हॉस्पिटलमध्ये फोन येतो. ते दिघे साहेबांना ओरडतात आणि त्यांचा शब्द प्रमाण मानून दिघे साहेब हळूहळू पुन्हा वॉर्डच्या दिशेने चालायला सुरुवात करतात. आत जाताना 'मातोश्रीवर फोन कोणी केला?' असं विचारत ते प्रत्येकावर संशय घेतात. हा सीन करताना प्रत्येकाच्या रिॲक्शन्स, त्यातला वेग हा अत्यंत महत्त्वाचा भाग होता. त्यासोबतच आत्तापर्यंत सिनेमात दिघे साहेबांची जी प्रतिमा तयार झाली आहे, त्याला तडा जाणार नाही किंवा त्याचा प्रभाव कमी होणार नाही, ही- सुद्धा काळजी घ्यायची होती. हा प्रसंग कोणत्याही विनोदी चित्रपटातला नव्हता, तर 'धर्मवीर'मधला विनोदी प्रसंग होता. तो साकारत असताना दिघे साहेबांच्या व्यक्तिमत्त्वाचा ताब आणि आब राखून ते करणं गरजेचं होतं. त्याच वेळी ज्यांना या सीनमध्ये उभं केलं होतं ते मो.दा.जोशी, प्रकाश परांजपे, बिरजे बाई या सगळ्यांचा उचित मान राखून सीनचा गाभा जपणं जिकिरीचं होतं. त्यामुळे सीन जरी विनोदी असला तरी प्रत्येकाच्या मनावर दडपण होतं; पण प्रवीणने लेखनाच्या आणि दिग्दर्शनाच्या पातळीवर हा प्रसंग अत्यंत कौशल्याने हाताळला. एक संपूर्ण रात्र आम्ही त्या प्रसंगाचं शूटिंग करत होतो. वेगवेगळ्या अँगल्सने आम्ही तो सीन शूट केलाय. त्यात प्रत्येकाच्या वेगवेगळ्या प्रतिक्रिया आहेत, त्यामुळे क्लोज शॉट्सही खूप आहेत आणि कट्स- ही आहेत. खरंतर बाळासाहेबांचा फोन ठेवल्यानंतर मला त्या प्रसंगात फार संवाद नाहीयेत. 'फोन कोणी केला' हा एकच प्रश्न प्रत्येकासाठी आहे; पण जसा समोरचा माणूस बदलतो तशी मला माझी प्रश्नार्थक नजरही बदलायची होती. समोरून जी उत्तरं येत होती, त्यावर प्रतिक्रिया द्यायच्या होत्या; पण त्या प्रतिक्रिया कोणत्याही विनोदी नटाच्या न वाटता, दिघे साहेबांच्या वाटणं गरजेचं होतं. त्यामुळे अवघड प्रसंगांची यादी करायची झाली तर त्यात या प्रसंगाचा क्रमांक वरचा असेल.

एक सीन सिनेमात अत्यंत महत्त्वाचा आणि महत्त्वाच्या टप्प्यावर आहे, तो म्हणजे बलात्काराच्या गुन्ह्यात, गुन्हेगाराला शिक्षा देतानाचा सीन. त्या सीनमध्ये जेव्हा माझी एन्ट्री होते, तेव्हा दिघे साहेब प्रचंड रागात आहेत, तो राग दाखवतानाही ते जनतेचे कैवारी आहेत, रक्षक आहेत ही भावना निर्माण होणं गरजेचं होतं. त्यामुळे डोळ्यांत राग

दाखवत चालत येताना देहबोली आश्वासक ठेवणं गरजेचं होतं. चालत येऊन एका खुर्चीत बसून मग माझे संवाद सुरू होतात. समोर त्या गुन्हेगाराला बांधून ठेवलंय, कार्यकर्ते त्याला शिक्षा देतायत आणि बाजूला एका कोपऱ्यात पीडितेचे आई-बाबा उभे आहेत, ज्यांना दीड तासात न्याय मिळवून देण्याचं आश्वासन दिलंय. गुन्हेगाराला बांधून ठेवलंय आणि आता 'डावा पाय तोडा, उजवा हात तोडा, विषय संपवा...' असे आदेश मला समोरच्या कार्यकर्त्यांना द्यायचे आहेत; पण ती कोणतीही वाक्यं आक्रस्ताळेपणाने, आवेशात न घेता अत्यंत शांतपणे आणि गुन्हेगारांना दहशत बसवतील अशा पद्धतीने घ्यायची होती. त्या मुलीवर झालेल्या अन्यायाची धग मनात ठेवून, ती फक्त डोळ्यांद्वारे दाखवून आपली न्याय देण्याची पद्धत कशी योग्य आहे, हे दाखवायचं होतं. या प्रसंगाचं चित्रीकरण करायलासुद्धा आम्हाला संपूर्ण रात्र लागली. थोडा धुरकटपणा दिसावा, प्रसंगाचं गांभीर्य गडद व्हावं यासाठी तिथे सतत लोबान फिरवला जात होता; पण त्या वेळी काही केल्या तो लोबान तिथे सेट होत नव्हता, टिकत नव्हता. त्यामुळे तो जास्तीत जास्त फिरवला जात होता. थोड्या वेळाने त्याचा त्रास व्हायला लागला. खोकला आणि शिंका येऊ लागल्याने आवाज थोडासा घोगराही झाला; पण त्या प्रसंगात आवाज घोगरा लागणंच अपेक्षित असल्याने तो लोबान तेव्हा माझ्यासाठी इष्टापत्ती ठरला होता.

एक प्रसंग, ज्याने माझ्या आवाजी अभिनयाची परीक्षा पाहिली. नगरसेवक झाल्यानंतर अवघ्या सहा महिन्यांत तो गाडी घेतल्याचं सांगत पेढे घेऊन आनंद आश्रमात येतो. दिघे साहेबांचा पारा चढतो आणि ते अक्षरशः त्या नगरसेवकाला मारतात. 'लोकांच्या सेवेसाठी निवडून दिलेलं असताना मालक व्हायची स्वप्नं बघू नका,' असं ते त्याला सांगतात. या प्रसंगात त्याला समज देताना 'सुधरा रे' हे वाक्य एकदा मोठ्याने ओरडून आणि एकदा त्याच्या गालावर हात ठेवत काळजीच्या सुरात घ्यायचं होतं. आपल्याकडे असा समज आहे की जो चिडतो तो बाप आणि काळजी करते ती आई. आपल्या कार्यकर्त्यांसाठी संघटनेत या दोन्ही भूमिका दिघे साहेब बजावत होते. त्यांच्या त्या भूमिकांना न्याय देणं हे माझं काम होतं, ज्यासाठी मी प्रयत्न केला.

एक प्रसंग, जो दादा भुसेंसोबतचा. जिथे ते त्यांची समस्या मांडत

आहेत. डान्स बारमुळे शेतकरी कसे देशोधडीला लागले आहेत, हे कळकळीने सांगतायत. आता त्या प्रसंगात डान्स बार म्हणजे काय हे मला माहिती असलं तरी ते दिघे साहेबांना माहिती नाही, हे दाखवायचं होतं. त्या वेळी दिघे साहेबांसारख्या त्या पातळीच्या माणसाला डान्स बार म्हणजे काय हे माहिती नाही हे दाखवण्यासाठी 'डान्स बार, म्हणजे?' हा प्रश्न विचारताना त्यात ते निरागसपण आणि माझ्या ठाण्यात माझ्या नाकाखाली काहीतरी चुकीचं घडतंय आणि त्याची मला कल्पनाही नाही या विचाराने दाटून आलेलं आश्चर्य, असे दोन्ही भाव दाखवायचे होते. खरंच सांगतो, या सिनेमात सगळा खेळ डोळ्यांचा होता.

काही सीन असे होते, ज्यात दिघे साहेब भविष्यातल्या काही गोष्टींबद्दल भाष्य करताना दाखवले आहेत. डान्स बार फोडल्यानंतर जेव्हा एकनाथ शिंदेंसकट सगळ्या कार्यकर्त्यांना पोलीस स्टेशनमध्ये आणलेलं असतं, त्यावेळी तिथल्या पोलिसांना उद्देशून त्यांचं एक वाक्य आहे, 'आज ज्यांना तुम्ही गुंड म्हणताय, भविष्यात याच लोकांना तुम्हाला सॅल्यूट ठोकावा लागेल.' किंवा दादा भुसेंना ते म्हणालेत की 'ज्या पद्धतीने तू काम करतोयस, ते पाहून सांगतो, की एक दिवस तू महाराष्ट्राचा कृषिमंत्री होशील. आनंद दिघेंचा शब्द आहे, लिहून घ्या.' ही वाक्य सिनेमात ज्यांच्याबद्दल आली आहेत ती सगळी मंडळी आता आमदार, खासदार झाली आहेत, त्यामुळे जरी प्रसंग त्या काळातला असला, तरी आत्ताच्या काळात त्या सगळ्यांचा मान राखून ते संवाद येणं गरजेचं होतं, आणि त्याचसोबत ती वाक्यं म्हणताना दिघे साहेबांचा आत्मविश्वास दाखवायचा आहे; पण तो अतिआत्मविश्वास वाटू द्यायचा नव्हता, त्यात सहजता हवी होती. किंवा आज ती माणसं त्या पदाला पोहोचली आहेत, म्हणून मुद्दाम दिघे साहेबांच्या ओठी ती वाक्यं दिली आहेत, असंही भासवून चालणार नव्हतं. इतिहास आणि वास्तव यांच्यातला दुवा असलेले ते सीन करणं अगदीच कठीण नसलं तरी तिथे कस लागला होता.

एक सीन जो मला आणि या सिनेमाला एका वेगळ्याच भावनिक पातळीवर घेऊन गेला. एकनाथ शिंदे यांची दोन मुलं जाणं आणि त्यांना त्या दुःखातून बाहेर काढण्यासाठी दिघे साहेबांनी केलेले प्रयत्न.

पोटची मुलं जाण्याचं दुःख कोणत्याही आई-बापाच्या नशिबी येऊ नये असं म्हणतात. दुर्दैवाने शिंदे साहेबांनी ते दुःख भोगलंय. त्या दुःखाला सामोरं जाण्याचं बळ त्यांना दिघे साहेबांनी दिलं आणि हाच प्रसंग आम्हाला उभा करायचा होता. हा प्रसंग जेवढा भावनिक होता, तेवढाच तो तात्त्विकही होता. समोरच्या माणसाचं दुःख मोठं आहे, तो खचलाय, जवळजवळ संपलाय. त्याच्या दुःखात आपणही सहभागी आहोत, त्याच्या वेदना आपल्यालाही होतायत; पण आपलं दुःख बाजूला सारून आपल्याला समोरच्या माणसाला उभारी द्यायची आहे, त्याला सावरायचंय, उभं करायचंय, नवी उमेद द्यायची आहे. या एकाच प्रसंगात एकनाथ शिंदेंसाठी दिघे साहेब मित्र, वडील आणि गुरू या तीनही भूमिका निभावताना दाखवायचं होतं. प्रवीणने हा सीन एका वेगळ्याच उत्कटतेने लिहिलाय. 'लोकांचा लोकनाथ हो, अनाथांचा एकनाथ हो' हे वाक्य त्या प्रसंगाचं सार आहे. राजकारण्याचं दुःख लोक बांधावरून पाहतात, अशा प्रसंगात अंतर ठेवून वागतात, ही राजकारण्यांच्या आयुष्यातली खूप मोठी शोकांतिका या प्रसंगाने मांडली आहे. या प्रसंगाचा स्थायी भाव हा दुःख असला तरीही त्यात वेगवेगळ्या छटा आहेत. एक गोष्ट आवर्जून नमूद करेन, क्षितिशने हा प्रसंग खूप उंचीवर नेऊन ठेवला यात शंका नाही. शिंदे साहेबांची मुलं जाणं म्हणजे दिघे साहेबांसाठी आपल्याच घरातलं कोणीतरी जाण्यासारखं होतं; पण स्वतःचं दुःख बाजूला सारून ते शिंदे साहेबांना लोकांसाठी उभं राहायला सांगत होते, लोकांच्या डोळ्यातलं पाणी पुसायला सांगत होते. ते शिंदे यांना जे सांगत होते, तेच त्या क्षणी ते स्वतःही अमलात आणत होते. हा प्रसंग चित्रित केल्यानंतर मी खूप अंतर्मुख झालो होतो. बाहेरून मी शांत असलो, तरी मन मात्र अशांत होतं.

आपुले मरण पाहिले म्या डोळा

अभिनेत्याला एक वरदान असतं. तो खऱ्या आयुष्यात जे काही करू शकत नाही, तो ते त्याच्या पडद्यावरच्या आयुष्यात करू शकतो. माझ्या आयुष्यात धर्मवीरच्या निमित्ताने असाच एक क्षण आला. दिघे साहेबांच्या निधनाचा प्रसंग साकारताना मृत्यू पाहिला नसला तरी फार जवळून अनुभवला. आजवर असंख्य सिनेमे केले, सिनेमात समोर मृत्यू होताना पाहिले; पण माझ्यावर कधी मृत्युशय्येवर झोपण्याची वेळ आली नव्हती, तो अनुभव 'धर्मवीर'ने दिला.

आनंद दिघे यांचं जाणं ही समस्त ठाणेकरांच्या मनावर झालेली खोल जखम आहे आणि या सिनेमाच्या निमित्ताने या सीनच्या माध्यमातून आम्ही त्या जखमेवरची खपली काढत होतो; पण ती काढत

असताना जखम चिघळणार नाही याची काळजी आम्हाला घ्यायची होती; पण त्याचसोबत त्या दुःखाची पुन्हा जाणीवही करून द्यायची होती. सिंघानिया हॉस्पिटलचा सीन शूट झाला होता, आता प्रसंग होता अंत्ययात्रेचा. सिनेमाचं जवळपास सगळं शूटिंग पूर्ण झालेलं होतं, माझेही जवळपास सगळे सीन शूट झाले होते. प्रसंग वेदनादायी होता. त्यामुळे सगळेच विमनस्क होते आणि आता शूटिंगही पूर्ण झालंय, एक मोठा टप्पा पार केलाय; पण आता भेटीगाठी होणार नाहीत, मजा-मस्करी होणार नाही याचीही हुरहुर सगळ्यांच्याच मनाला व्यापून राहिलेली होती.

अंत्ययात्रेचं शूटिंग सुरू झालं. दिघे साहेबांच्या पार्थिवाच्या रूपात मी ट्रकवर झोपलो होतो, 'आमुचा रामराम घ्यावा' या शब्दांसोबत दिघे साहेबांच्या फोटोतली, माझीच प्रसन्न-हसरी मुद्रा पाहूनच मलाच हुंदका दाटून आला होता. माझ्या आजूबाजूला सिनेमातले सगळे कलाकार शुभंकर एकबोटे, विजय निकम, पिट्या परदेशी, स्नेहल तरडे, देवेंद्र गायकवाड, ऋषिकेश देशपांडे, विनोद सातव, प्रवीण भोळे, विघ्नेश जोशी, दिगंबर नाईक हे सगळे ओक्साबोक्शी रडत होते. हा त्या प्रसंगाचा परिणाम होताच; पण त्या सगळ्या कलाकारांच्या अभिनयाची ताकदही होती की तिथे आडवं पडल्यानंतर मलाही प्रचंड भरून येत होतं. आपल्याजवळ एवढी माणसं ढसाढसा रडतायत म्हटल्यावर कोणताही संवेदनशील माणूस सद्‌गदित होऊच शकतो; पण माझ्या डोळ्यांत जराही पाणी येऊन चालणार नव्हतं; कारण कॅमेरा बरोब्बर माझ्या डोळ्यांवर होता. हुंदका आल्याने, हलून किंवा श्वासोच्छ्वास दिसून चालणार नव्हतं, त्यामुळे मी बराच वेळ श्वास रोखून धरलेला. बरं, त्याच वेळी माझ्या छातीवर ३०-३५ हारांचं ओझं होतं, त्या फुलांचा मिश्र वास नाकात जाऊन डोकं भणभणायला लागलं होतं.

या सगळ्यात एक गोष्ट सगळ्या कलाकारांसाठी चांगली झाली, ती म्हणजे या प्रसंगाच्या चित्रीकरणावेळी 'आनंद हरपला' हे गाणं तयार झालं नव्हतं. त्या गाण्याची आर्तता काळीज चिरत जाणारी आहे. आजही ते गाणं ऐकून रडणारी माणसं आहेत. आम्ही आधीच वेगळ्या मानसिकतेत होतो, त्यात हे गाणं असतं, तर आम्हा सगळ्यांनाच भयानक त्रास झाला असता. सिनेमाच्या निमित्ताने प्रत्येकाचंच दिघे

साहेबांसोबत एक विशेष नातं तयार झालं होतं. चार-पाच महिने सातत्याने त्यांचा विचार डोक्यात होता, अशात त्यांच्या निधनाची वार्ता सांगणारं ते गाणं त्या प्रसंगात तेव्हा वाजलं असतं, तर आम्हाला ते झेपलंच नसतं. याचं श्रेय अर्थातच गाणं लिहिणाऱ्या मंगेश कांगणेला, त्याच्या शब्दांना योग्य न्याय देत संगीतबद्ध करणाऱ्या चिनार-महेशला आणि शब्द-सुरातली ती आर्तता, वेदना आपल्या आवाजाने लोकांच्या हृदयापर्यंत पोहोचवणाऱ्या सौरभ साळुंखेला द्यायला हवं.

चित्रपटगृहामध्ये जेव्हा जेव्हा हे गाणं लागलं, तेव्हा संपूर्ण चित्रपटगृहात हुंदके ऐकू आले. मागोमाग दिघे साहेबांच्या नावाचा जयजयकार ऐकू आला. आज एक सर्वसामान्य माणूस म्हणून मला राहून राहून एका गोष्टीची खंत वाटते, की दिघे साहेब फार लवकर सोडून गेले. आज ते असते, तर चित्र कदाचित आणखी वेगळं दिसलं असतं.

काही गोष्टी तुमच्यापर्यंत पोहोचल्याच नाहीत

कोणताही सिनेमा जेव्हा प्रेक्षकांसमोर येतो, पडद्यावर येतो, तेव्हा त्यातले असे अनेक प्रसंग असतात, जे चित्रित झालेले असतात; पण सिनेमाचा कालावधी वाढू नये म्हणून त्या प्रसंगांना कात्री लावली जाते. 'धर्मवीर'सुद्धा त्याला अपवाद नाही. जे सीन सिनेमात दिसले नाहीत, त्यातले काही सीन तर फार अप्रतिम झाले होते. त्या प्रसंगांचं दिग्दर्शन, त्यांची रचना, आलेख, त्या प्रसंगांमधल्या भावभावना निव्वळ अप्रतिम होत्या. काही सीनसाठी तर मी जीव ओतून काम केलं होतं, काही प्रसंग माझ्या सहकलाकारांनी उचलून धरले होते; पण त्यांच्या आणि माझ्या दुर्दैवाने आज ते प्रसंग सिनेमात नाहीत. हॉलीवूडमध्ये एक पद्धत आहे. एखादा सिनेमा प्रदर्शित

झाला, त्याला लोकांचा उत्तम प्रतिसाद मिळाला, सिनेमा हिट झाला की त्या सिनेमासाठी जे प्रसंग चित्रित झालेले असतात; पण मुख्य सिनेमात वापरलेले नसतात, त्या सगळ्या प्रसंगांसहित सिनेमा पुन्हा प्रदर्शित केला जातो. अर्थात तो काही मर्यादित सिनेमागृहांमध्येच प्रदर्शित होतो; पण तो पाहण्यासाठीही लोक गर्दी करतात. 'धर्मवीर'च्या बाबतीत हे व्हावं असं मला खूप वाटतं; पण दुर्दैवाने ही पद्धत आपल्याकडे अजून प्रचलित झालेली नाही. काही प्रसंग सिनेमात घेतले गेले नाहीत, याचं मला आजही वाईट वाटतं; पण ते प्रसंग नेमके काय होते, हे सगळ्यांना कळायला हवं म्हणून मी ते इथे मांडतोय.

'मी नथुराम गोडसे बोलतोय' हे नाटक रंगभूमीवर आणि समाजातही एक वादळ घेऊन आलं. तत्कालीन विरोधामुळे ते नाटक बंद पडलं; पण दिघे साहेबांमुळे ते पुन्हा झालं. हा प्रसंग चित्रित झाला होता. त्यात शरद पोंक्षे हा शरद पोंक्षे म्हणूनच दिघे साहेबांना भेटायला येतो. त्याची व्यथा साहेबांसमोर मांडतो. दिघे साहेब नाटकाचा प्रयोग लावायला सांगतात आणि स्वत: त्या प्रयोगासाठी उपस्थित राहतात. तो प्रयोग निर्विघ्नपणे पार पडणं शक्यच नव्हतं. अपेक्षेप्रमाणे त्यात प्रचंड गोंधळ होतो, हाणामारी होते. त्या वेळी तिथल्या जमावाला उद्देशून दिघे साहेबांचं जे संबोधन आहे, ते प्रवीणने अफलातून लिहिलं होतं. जे बोलताना, सादर करताना माझ्यातला अभिनेता प्रचंड सुखावत होता; पण नाईलाजाने हा सीन सिनेमातून काढून टाकावा लागला. शूटिंगच्या दरम्यान मी आणि शरद बोलत होतो. आमच्या दोघांची फार जुनी ओळख. भूतकाळात डोकावून सांगायचं झालं तर 'मी नथुराम गोडसे बोलतोय' नाटकासाठी ज्या शेकडो मुलांच्या ऑडिशन्स घेतल्या, त्यात अंतिम तीन जणांमध्ये माझी निवड झाली होती आणि ज्या दिवशी विनय आपटे निकाल जाहीर करणार होते, त्या दिवशी शरदने येऊन ऑडिशन दिली आणि ती भूमिका शरदची झाली. अर्थात शरदनेही त्याला उत्तम न्याय दिला. लोकांनीही त्याला उदंड प्रतिसाद दिला. माझ्या हातून ती संधी गेली; पण तोच शरद पोंक्षे नथुराम म्हणून 'धर्मवीर' सिनेमात माझ्यासमोर म्हणजेच दिघे साहेबांसमोर यावा, हा एक वेगळाच योगायोग होता.

दिघे साहेब प्रखर हिंदुत्ववादी असले तरी मुस्लीमद्वेष्टे नव्हते. त्यांना

राग होता तो धर्मांधतेचा. स्वधर्मावर झालेलं आक्रमण त्यांना कधीही सहन झालं नाही. १९९२ साली जेव्हा बाबरी मशीद पाडली, त्या काळातला एक प्रसंग आम्ही सिनेमासाठी चित्रित केला होता. दिघे साहेब, प्रकाश परांजपे आणि मो. दा. जोशी यांच्यातला तो संवाद होता. त्यातलंच 'आपण हिंदू बहुसंख्य आहोत, एकसंध नाही' हे वाक्य ट्रेलरमध्ये आहे; पण सिनेमात दिसत नाही. या वाक्याच्या आधीचा आणि नंतरचा प्रसंग प्रवीणने कमाल रंगवला होता. तो सादर करताना, शूट करताना आमच्या सगळ्यांचीच घालमेल होत होती. मीसुद्धा फार मन लावून तो प्रसंग उभा केला होता. तो सीन झाल्यानंतर प्रत्येकाच्याच डोळ्यांत पाणी होतं. प्रवीणच्या वाक्यांमध्येच एवढी ताकद होती की माझ्याकडूनही आपोआप ती एनर्जी लागली होती. माझी एनर्जी आणि प्रवीणची प्रतिभा याचा एकत्रित परिणाम साधला गेला आणि सेटवरचं वातावरणच एकदम बदलून गेलं. मला खात्री आहे, जर हा सीन सिनेमात राहिला असता, तर त्या दिवशी सेटवर जे वातावरण आम्ही अनुभवलं ते सिनेमाच्या प्रत्येक शोला थिएटरमध्येही निर्माण झालं असतं.

सिनेमाचा गाभा जरी अत्यंत गंभीर असला, तरी संपूर्ण सिनेमाचा मूड गंभीर ठेवून चालणार नव्हतं. त्याने एकसुरीपणा आला असता. आणि म्हणूनच काही हलक्याफुलक्या विनोदी प्रसंगांची उत्तम पेरणी प्रवीणने या सिनेमात केली होती. एक सीन असा होता की उद्धवराव जगतापांकडे आनंद दिघेंना उद्देशून लिहिलेलं एक प्रेमपत्र सापडतं. त्या प्रेमपत्रावरून आनंद आश्रमात खूप थट्टामस्करी होते. त्यामुळे एरवी कायम आक्रमक असणारे दिघे साहेब इथे मात्र अगदी लाजतात, बुजून जातात. सगळा चित्रपट एकीकडे आणि हा प्रसंग एकीकडे इतका हा सीन अफाट होता. चित्रपटातली सगळी महत्त्वाची पात्रं या प्रसंगात होती. प्रवीणने काही काही जागा तर अशा लिहिलेल्या की तीन-चार वेळा सराव केल्यानंतरसुद्धा आम्ही त्या वाक्यांना पोट धरून हसत होतो. चित्रपटाचा कॅमेरामन केदार गायकवाडसुद्धा सीन शूट करताना हसत होता, इतका की त्याला धड कॅमेराही ऑपरेट करता येत नव्हता. असे खूप आवडते सीन, ज्यांच्यावर अक्षरशः जीव जडला होता; पण केवळ सिनेमाची लांबी वाढतेय म्हणून त्यांना आम्ही जड अंतःकरणाने कात्री लावली.

जरी काही सीन कापले असले तरी जे आहेत तेही प्रचंड ताकदीचे आहेत. त्यांच्या जोरावर सिनेमा यशस्वी झाला. माझं काम लोकांना आवडलं. लोकांनी भरभरून प्रेम दिलं, समीक्षकांनीही कौतुक केलं. सिनेमाच्या या संपूर्ण प्रवासात मला एक गोष्ट जाणवली, ती म्हणजे दिघे साहेबांनी जिवंतपणी त्यांच्या कार्यकाळात अन्याय दूर करण्याचं काम केलंच; पण त्यांच्या मृत्युपश्चातही त्यांनी माझ्यावर एक कलाकार म्हणून झालेला अन्याय दूर केला. २७-२८ वर्षं काम करूनही, माझ्या अभिनयाला वाव मिळेल असं काम माझ्याकडे येत नव्हतं. आयुष्यातला पहिला टायटल रोल मिळाला तो 'धर्मवीर'च्या निमित्ताने, ज्यात मी माझा जीव ओतला. मागे वळून पाहताना असं वाटतं की जे प्रसंग वगळले गेले ते सगळे जर सिनेमात असते तर हा सिनेमा, माझी भूमिका आणखी वरच्या पातळीवर गेली असती. माझ्या अभिनयाचे आणखी वेगळे पैलू मला प्रेक्षकांना दाखवता आले असते. वेगळे दिघे साहेब लोकांना दिसले असते. अभिनेता म्हणून वेगळा प्रसाद ओक लोकांना दिसला असता. असो. माणसाची हाव संपत नाही. जे झालं ते झालं. हेही नसे थोडके; पण एक अभिनेता म्हणून ही सल कायम माझ्या मनात राहील की काही गोष्टी तुमच्यापर्यंत पोहोचायला हव्या होत्या.

चार दिवस, तीन रात्री

मी दिवसेंदिवस 'धर्मवीर'च्या चित्रीकरणात व्यस्त होऊ लागलो होतो. भावनिकरीत्या मी या सिनेमाशी जोडलो गेलो होतो. बोलण्यात, वाचण्यात, लिहिण्यात, सगळ्यात केवळ 'धर्मवीर' आणि 'धर्मवीर'च. मला दुसरं काही दिसतही नव्हतं आणि सुचतही नव्हतं. डिसेंबरच्या २८ तारखेला सुरू झालेल्या चित्रीकरणाने फेब्रुवारीमध्ये आणखी जोर पकडायला सुरुवात केली. प्रत्येकजण जोमाने काम करत होता आणि अशातच फेब्रुवारीच्या शेवटच्या आठवड्यात माझ्या डोक्यातली 'धर्मवीर'ची झिंग उतरवणारी एक गोष्ट घडली. 'चंद्रमुखी' सिनेमाची प्रदर्शनाची तारीख ठरली. २९ एप्रिलला 'चंद्रमुखी' प्रदर्शित करण्याचं ठरलं. भंबेरी उडणं म्हणजे नेमकं काय होतं, याचा अनुभव मला यायला लागला. माझी प्रचंड धावपळ, गडबड सुरू झाली. 'धर्मवीर'च्या चित्रीकरणाचं

वेळापत्रक ठरलं होतं. पाच-पाच दिवसांचं आउटडोअर शूट होतं, त्याच्याही तारखा लागल्या होत्या. 'वाडा चिरेबंदी' नाटकाचे प्रयोगही अधूनमधून लागतच होते. या सगळ्यात माझ्यासाठी स्ट्रेस बस्टर ठरत होतं ते हास्यजत्रेचं शूटिंग; पण ते जुळवून आणतानासुद्धा माझी दमछाक होत होती. तरी प्रवीणने 'हास्यजत्रेच्या शूटमध्ये तडजोड करायची नाही,' अशी तंबी दिल्याने मला तेवढी मोकळीक मिळत होती.

'चंद्रमुखी'ची तारीख ठरणं आणि तीसुद्धा एवढ्या जवळची ठरणं हा माझ्यासाठी धक्का होता. पोस्ट प्रोडक्शनच्या बऱ्याच गोष्टी बाकी होत्या. माझ्या डोळ्यांसमोर आता ती सगळी कामं फेर धरून नाचत होती. कोविडमुळे दोन वर्षं जी शिथिलता आली होती, ती मरगळ झटकून वेगाने कामं होण्यासाठी त्या सगळ्या चक्रांना गती देणं आवश्यक होतं. प्रत्येक डिपार्टमेन्टचा एक फायनल हात सिनेमावरून फिरणं अजून बाकी होतं. अशात अनपेक्षितपणे 'चंद्रमुखी'ची प्रदर्शनाची तारीख जाहीर झाली. इतक्या जवळची तारीख निश्चित होईल याचा मला जराही अंदाज नव्हता. त्यामुळे मी निश्चिंत होतो आणि 'धर्मवीर'च्या तारखाही देऊन बसलो होतो. समोर सगळ्यात मोठं काम होतं ते म्हणजे सिनेमाचं सेन्सॉर सर्टिफिकेट मिळवणं. फेब्रुवारी आणि मार्चमध्ये 'धर्मवीर'च्या चित्रीकरणाने कळस गाठला होता. त्यामुळे हे सगळं करताना माझ्या अक्षरश: नाकी नऊ आले होते.

चंद्रमुखीच्या पोस्ट प्रोडक्शनचं काम रेड चिलीज्‌मध्ये होणार होतं. रेड चिलीज् म्हणजे शाहरूख खानचा स्टुडिओ. डिजिटल इन्टरमिजिएट (DI) आणि कलर करेक्शन (CC) या कोणत्याही सिनेमाच्या अत्यंत महत्त्वाच्या तांत्रिक बाजू असतात. ते काम रेड चिलीज्‌मध्ये होणार होतं. जो हे काम करणार होता, तो मॅक नावाचा तंत्रज्ञ मित्र, फार उत्तम कलरिस्ट आहे, जो रेड चिलीज्‌मध्ये हे सगळं काम करतो. तो इतका मोठा आर्टिस्ट आहे की त्याच्याशिवाय इतर कोणाकडेही शाहरूखसुद्धा त्याच्या सिनेमाचं काम देत नाही. त्याचा मिडास टच 'चंद्रमुखी'ला लाभणार होता. त्यालाही हे काम लवकर आटोपून इतर कामांसाठी परदेशात जायचं होतं. दुसरीकडे मंगेश धाकडे, ज्याने 'चंद्रमुखी'च्या पार्श्वसंगीताची धुरा सांभाळलेली होती. त्याच्यासोबत मला चर्चा करायची

होती. बरं, ती नुसती चर्चा नव्हती. सिनेमा पाहत एकेका गोष्टीचा विचार करत, निर्णयही घ्यायचे होते. त्याचेही नवीन प्रोजेक्ट्स सुरू होणार होते. त्यामुळे मी त्याला फार काळ एकाच कामात अडकवू शकत नव्हतो. यातला तिसरा घटक म्हणजे फैजल महाडिक, जो 'चंद्रमुखी'च्या संकलनाचं काम करत होता. त्याच्यासमोर दोन नव्या वेबसिरीज होत्या. त्यामुळे मला त्यालाही या कामातून वेळेत मोकळं करायचं होतं. प्रत्येकाला मोकळं करण्याच्या प्रयत्नात मी मात्र पुरता गुरफटून गेलो होतो.

आपण जेव्हा कोणतंही काम प्रामाणिक हेतूने करत असतो, तेव्हा देव आपल्याला नक्की मदत करतो. या तिघांना जेव्हा कळलं की मी 'धर्मवीर'सारखा मोठा सिनेमा करतोय, तेव्हा या तिघांनी मला मोठ्या मनाने समजून घेतलं आणि त्यांनी मला सांगितलं, की तू दिवसभर 'धर्मवीर'चं शूटिंग कर, आपण रात्री 'चंद्रमुखी'चं काम करू. खरंतर माझी भयंकर ओढाताण होणार, हे मला स्पष्ट दिसत होतं; पण त्यांनी एवढा समजूतदारपणा दाखवल्यानंतर, 'चंद्रमुखी'चा दिग्दर्शक या नात्याने मीही तेवढी तडजोड करणं गरजेचं होतं. कर्मधर्मसंयोगाने या तिघांनीही मला ज्या तारखा दिल्या त्या एकामागोमाग एक अशा सलग तीन रात्रींच्या दिल्या. नशिबाने त्या तारखांचा काही घोळ नाही झाला; पण झालं असं की ज्या रात्रीच्या तारखा आम्ही ठरवल्या होत्या त्याच्या प्रत्येक दुसऱ्या दिवशी 'धर्मवीर'चं शूटिंग होतं. 'धर्मवीर'चं शूटिंग कॅन्सल करणं किंवा पुढे ढकलणं ही अशक्यप्राय गोष्ट होती; कारण बरीच मोठी युनिट्स होती, मोठे कलाकार होते, त्यांच्या तारखा होत्या. त्यामुळे माझ्या एकट्यासाठी ते वेळापत्रक बदलण्याची मागणी हा स्वार्थीपणा ठरला असता.

मी माझ्या सगळ्या क्षमतांची परीक्षा पाहण्याचं ठरवलं; कारण पुढचे चार दिवस आणि तीन रात्री, अहोरात्र काम करणं म्हणजे नेमकं काय याचा मला अनुभव घ्यायचा होता. मी मंजिरीला या सगळ्याची कल्पना देऊन ठेवली होती. तिला माझी प्रचंड काळजी वाटत होती. डाएटमुळे आहार कमी झाला होता. त्यात ही अशी वेडीवाकडी धावपळ. ती तिच्या बाजूने मला जास्तीत जास्त आराम मिळेल यासाठी प्रयत्न करत होती; पण आता आराम या शब्दाला रामराम ठोकून मला

दिवस-रात्र फक्त काम करायचं होतं.

त्या दिवशी सकाळी ७ वाजता मी 'धर्मवीर'च्या सेटवर पोहोचलो. ९ वाजता शूटिंग सुरू झालं. १२ तास आम्ही शूट करत होतो. ९ वाजता पॅकअप झालं. त्यानंतर मी लगेच गोरेगावला रेड चिलीज् स्टुडिओत आलो. रात्रभर थांबून ज्या तांत्रिक गोष्टींवर काम करायचं होतं ते पूर्ण केलं. सकाळी ६ वाजता घरी गेलो. मंजिरी झोपली होती. तिला उठवलंही नाही. फ्रेश झालो आणि अर्ध्या तासात घराबाहेर पडून पुन्हा ठाणं गाठलं. दिवसभर शूटिंग करून पुन्हा रात्री अंधेरीला आलो. अंधेरीला मंगेश धाकडेचा स्टुडिओ आहे. तिकडे 'चंद्रमुखी'वर पार्श्वसंगीताचा साज चढवला. त्याच्यासोबत बसून संपूर्ण चित्रपट पाहिला. कामगिरी फत्ते केली आणि पुन्हा 'धर्मवीर'साठी ठाण्याची वाट पकडली. दिवसभर शूटिंग केलं. रात्री ९.३०च्या सुमारास फैजल महाडिककडे जाण्यासाठी निघालो. एडिटिंगच्या कामाला सुरुवात केली. एका रात्रीत 'चंद्रमुखी'चं एडिटिंग फायनल केलं आणि पुन्हा मोर्चा वळवला ठाण्याकडे 'धर्मवीर'च्या शूटिंगसाठी. न झोपता, न विश्रांती घेता मी सलग चौथ्या दिवशी शूटिंगसाठी उभा होतो. प्रवासात झोपण्याचा प्रश्न येत नव्हता; कारण ठाण्याहून निघालो की माझं रात्रीचं जेवण हे गाडीतच व्हायचं आणि दुसरीकडे मी पोहोचेपर्यंत कामाबाबतच्या सूचनांसाठी फोनही सुरू असायचे. सकाळी जेव्हा ठाण्याला यायला निघायचो तेव्हाही झोपणं शक्य नव्हतं; कारण झोपेचा तो अंमल शूट करताना डोळ्यांवर दिसला असता. त्यामुळे 'चंद्रमुखी' आणि 'धर्मवीर'साठी मी सलग तीन रात्र आणि चार दिवस न झोपता, अविश्रांत काम केलंय.

यात माझा मोठेपणा सांगणं हा हेतू नाही; तर एखादी कलाकृती मोठी करण्यासाठी कलाकार आणि दिग्दर्शकासोबत तंत्रज्ञही झटत असतात, हे सगळ्यांपर्यंत पोहोचावं एवढाच प्रामाणिक उद्देश. या दोन्ही सिनेमांमध्ये प्रचंड ऊर्जा होती. त्या उर्जेने मला झपाटून टाकलेलं आणि त्याच जोरावर मी हे सगळं निभावून नेलं. दिग्दर्शक म्हणून 'चंद्रमुखी' ही माझी जबाबदारी होती आणि अभिनेता म्हणून 'धर्मवीर'ला मी वचनबद्ध होतो. 'चंद्रमुखी'साठी मी माझं दिग्दर्शकीय कौशल्य पणाला लावलं होतं आणि 'धर्मवीर'साठी अभिनेता म्हणून मी सर्वस्व अर्पण केलं होतं. 'चंद्रमुखी'सारखा सिनेमा प्रत्येक दिग्दर्शकाच्या वाट्याला

येत नाही आणि सात जन्मांची पुण्याई एकत्र केली की 'धर्मवीर' सारखी भूमिका पदरी पडते. त्यामुळे या दोनही चित्रपटांना समान न्याय देणं, वेळ देणं माझं कर्तव्य होतं. देवाच्या कृपेने, बाप्पाच्या आशीर्वादाने मी या सगळ्या दिव्यातून यशस्वीपणे बाहेर आलो.

आज मागे वळून बघताना त्या तीन रात्री आणि चार दिवस आठवले की मला गंमत वाटते. आता मला पुन्हा तसं कोणी करायला सांगितलं तर मी करू शकेन का याबद्दल मी साशंक आहे; पण तेव्हा ते झालं. दिवसा अभिनेता आणि रात्री दिग्दर्शक असा वास्तविक आयुष्यातला डबल रोल मी पहिल्यांदा अनुभवला होता. दोन्ही चित्रपट १५ दिवसांच्या अंतराने प्रदर्शित झाले. दोनही सिनेमांना लोकांची पसंतीची पावती मिळाली. माझ्या दिग्दर्शनावर लोकांनी प्रेम केलं आणि माझ्यातल्या अभिनेत्यावर जीव लावला. एखाद्या कलाकाराला आणखी काय हवं असतं आयुष्यात? अशीच एखादी रोमांचक टूर चार दिवस, तीन रात्रींची.

सहकलाकार आणि सहतंत्रज्ञ

कोणताही चित्रपट हा एकाच माणसाच्या जिवावर कधीच यशस्वी होऊ शकत नाही. चित्रपट नावाचा गोवर्धन कोणीच स्वतःच्या एका हातावर पेलून धरू शकत नाही. सिनेमा यशस्वी होण्यासाठी पडद्यावर जे चेहरे दिसतात, त्यांच्यासोबत आणि त्यांच्यासाठी पडद्यामागे असंख्य हात राबत असतात, जे प्रेक्षकांसाठी अदृश्य असतात. अशी अनेक नावं आहेत, जी घेतल्याशिवाय हा सिनेमा पूर्ण होऊ शकला नसता आणि हे पुस्तकसुद्धा पूर्ण होणार नाही.

चित्रीकरणाच्या दरम्यान सेटवर वातावरण कसं आहे, याचा अप्रत्यक्ष परिणाम प्रत्येकाच्या सादरीकरणावर होत असतो. जर धुसफूस असेल, कुरबुरी असतील, एकमेकांबद्दल सतत गॉसिप होत असेल, तर आपसूकच त्याचा सेटवरच्या वातावरणावर खूप परिणाम होतो. सगळं वातावरण नकारात्मक होऊन जातं. माझ्या सुदैवाने 'धर्मवीर'च्या सेटवर अपेक्षेपेक्षा जास्त सकारात्मक आणि खेळीमेळीचं वातावरण होतं. एक वेगळीच ऊर्जा होती. ती ऊर्जा निर्माण करणारे होते माझे सगळे सहकलाकार. या ५०-५५ दिवसांच्या

काळात त्यांनी मला फार समजून आणि सांभाळून घेतलं. अनेक नव्या गोष्टी मला त्यांच्याकडून शिकता आल्या. 'धर्मवीर'च्या निमित्ताने माझे कित्येक जुने मित्र मला भेटले आणि अनेकांशी नव्याने मैत्री झाली.

'धर्मवीर' सिनेमाने माझ्या ओंजळीत अनेक गोष्टी दिल्या, त्यात आवर्जून उल्लेख करेन तो म्हणजे क्षितिश दातेचा. क्षितिश आपल्या कामाशी, आपल्या अभिनयाशी अत्यंत प्रामाणिक आहे. एक वेगळीच एनर्जी आहे त्याची. त्याच्याकडे पाहताना, त्याची काम करण्याची पद्धत पाहताना, मला माझे कॉलेजमधले दिवस आठवले. सहसा हे वाक्य निवृत्तीला आलेल्या नटांच्या तोंडी असतं, 'मी काही अजून म्हातारा झालेलो नाही. उलट मी तर म्हणेन की आत्ता कुठे सुरुवात झाली आहे.' असो. क्षितिशचा उत्साह फार दांडगा असायचा. असाच उत्साह माझ्या कॉलेजच्या दिवसांमध्ये एकांकिका करताना असायचा. एकांकिकांच्या काळात झपाटून केलेलं काम, काहीतरी वेगळं करण्याची तडफड, हे सगळं क्षितिशच्या रूपाने माझ्यासमोर पुन्हा उभं राहत होतं. क्षितिशचा अभिनय पाण्यासारखा आहे, त्यात जो रंग मिसळाल, तो धारण करण्याची क्षमता त्याच्या अभिनयात आहे. त्याच्या अभिनयाची ताकद आणि कामाची रेंज काय आहे, हे मी वेगळं सांगण्याची गरज नाही. उभ्या महाराष्ट्राने त्याला शिंदे साहेबांच्या रूपात सिनेमात पाहिलेलं आहे.

माझे खूप जुने मित्र या सिनेमाच्या निमित्ताने मला भेटले. विघ्नेश जोशी, ज्याने प्रकाश परांजपे साकारले, विजय निकम, ज्याने मो. दा. जोशी उभे केले. रघुनाथ मोरेंच्या भूमिकेत असलेला दिगंबर नाईक, ऋषिकेश देशपांडे, ज्याने हरिभाऊ साकारले, अनंत तरेंच्या भूमिकेतला प्रसाद खांडेकर, बन्या पेंडसे यांच्यासोबत काम करताना मी खूप नॉस्टॅल्जिक होत होतो. शूट संपलं की आमचे गप्पांचे फड रंगायचे आणि सगळेजण जुन्या आठवणींमध्ये रमून जायचो.

त्यासोबत ज्यांना मी पहिल्यांदा भेटत होतो, ते दुष्यंत वाघ, शुभंकर एकबोटे, ज्योती मालशे, ज्यांना प्रवीणचे राइट हॅन्ड, लेफ्ट हॅन्ड म्हणतात ते देवेंद्र गायकवाड, पिट्या परदेशी हे सगळे इतके मिळून मिसळून काम करत होते, की आम्ही पहिल्यांदाच एकत्र काम करतोय, असं मला वाटतच नव्हतं. गेली कित्येक वर्षं हे सगळे माझे सहकलाकार

आहेत असंच मला वाटतं होतं. या सिनेमाच्या निमित्ताने मला स्नेहल तरडेच्या कामाची ताकद कळली. दंगलीच्या प्रसंगावेळी तिने जी एनर्जी लावली आहे, तो प्रसंग बघताना अनेकांची दमछाक होते.

सुरवातीच्या काळात एक गंमत अशी झाली की सिनेमाचं शूटिंग सुरू झाल्यानंतर मी सेटवर काहीही मजा, मस्ती, थट्टा-मस्करी करायची नाही असं ठरवलं होतं; कारण भूमिका दिघे साहेबांची होती. त्यांच्या भूमिकेचा आब, मान-मरातब आणि भूमिकेचं गांभीर्य टिकावं म्हणून खूप शांत असायचो, कमी बोलायचो. जेवढ्यास तेवढी उत्तरं द्यायचो. म्हणजे सीन सुरू नसला तरी मी बेअरिंग सोडत नसायचो. जे मला खूप आधीपासून ओळखतात त्यांना माझं सेटवरचं हे रूप फार नवीन होतं; कारण सेटवर मी किती धमाल करतो, कोणासोबत कसे प्रँक्स करतो, हे सगळ्यांनी पाहिलेलं होतं. त्यामुळे माझ्या वागण्यातला हा बदल त्यांना अगदीच अनपेक्षित होता; पण या सगळ्याचा परिणाम काहीतरी वेगळा होईल, वेगळे अर्थ काढले जातील, मोठा रोल मिळाल्यामुळे प्रसाद आता आखडून वागू लागलाय असं अनेकांना वाटेल, तशी कुजबूज सुरू होईल, माझ्या सहकलाकारांचे माझ्याबद्दल गैरसमज होतील, सगळे माझ्यापासून अंतर राखून वागतील, अशा सगळ्या शंका-कुशंकांनी डोकं वर काढल्यानंतर एका रात्री जेव्हा आम्ही सगळे एका हॉटेलमध्ये जेवायला गेलो होतो, तेव्हा मी सगळ्यांना समोर बसवून माझ्या असं वागण्यामागचा विचार नेमका काय आहे हे समजावून सांगितलं. त्यांनाही ते पटलं. त्यांनी समजून घेतलं. भूमिकेमध्ये सातत्य ठेवण्यासाठी मला हे करणं गरजेचं होतं. त्यांना हे सांगितल्यानंतर त्यांनी अगदी शेवटच्या दिवसापर्यंत माझ्या या विचाराचा मान ठेवला. प्रत्येकाने प्रत्येकाला जो वेळ, जी स्पेस गरजेची होती ती दिली.

हे सगळे पडद्यावर दिसणारे चेहरे होते. या सिनेमासाठी जे हात पडद्यामागे राबत होते त्यांचा उल्लेख केला नाही तर खरंच पाप लागेल. आमची वेशभूषाकार रश्मी सावंत, कला दिग्दर्शक नितिश, आमचा कॅमेरामन केदार गायकवाड, व्हिएफएक्स ज्याने केले तो योगेश दीक्षित या सगळ्यांसाठीही हा सिनेमा एक आव्हान होतं; कारण प्रत्येक गोष्ट त्या काळाचा विचार करून करायची होती. तो काळ साकारायचा होता, उभा करायचा होता. ज्यांच्या शब्द-संगीताने हा सिनेमा सजला ते

गीतकार मंगेश कांगणे, संगीतकार नंदेश उमप, अविनाश-विश्वजीत, चिनार-महेश. 'ही पोली साजूक तुपातली' हे उडत्या चालीचं गाणं देणारे चिनार-महेश 'आनंद हरपला' सारखं आर्त गाणंही देऊ शकतात हे कळल्यावर त्यांची रेंज पाहून मी थक्क झालो होतो. ज्यांच्या संगीताने गुरुपौर्णिमेचा सीन अजरामर झाला किंवा ज्यांच्या 'असा हा धर्मवीर' या टायटल ट्रॅकमुळे 'धर्मवीर'चा प्रभाव कित्येक पटीने वाढला ते अविनाश-विश्वजीत हे किती प्रयोगशील संगीतकार आहेत, हे या सिनेमाच्या निमित्ताने कळलं. यात विशेष कौतुक करेन ते मनीष राजगिरेचं. गुरुपौर्णिमेच्या गाण्यात 'भेटला विठ्ठल' हे दोन शब्द त्या गाण्याचा आत्मा आहेत. त्याने दरवेळी 'भेटला विठ्ठल' हे गाताना जे वैविध्य दाखवलं आहे, ते ऐकताना अंगावर काटा येतो. 'आनंद हरपला' गाताना सौरभ साळुंकेने आपल्या घरातलं कोणीतरी माणूस कायमचं निघून गेलंय, हा भाव निर्माण केलाय. आदर्श शिंदेने नवरात्रीचं गाण गायलं. त्याच्या गायकीबद्दल मी काय बोलू? भक्तिगीतांचा वारसा त्याला त्याच्या घरातून मिळालाय. त्यामुळे त्याच्या आवाजातलं ते गाणं डोळे मिटून जरी ऐकलं तरी देवीची शांत, आश्वासक मूर्ती डोळ्यांसमोर उभी रहाते.

दिग्दर्शन ही प्रवीणची ताकद आहे; पण त्या ताकदीमागे एक खूप मोठी शक्ती आहे. ती शक्ती म्हणजे प्रवीणची टीम. या टीममधल्या सगळ्यांची कार्यक्षमता अफाट आहे. आदेश सालेकर, गौरी, प्रद्युम्न, प्रियंका, विनोद वनवे हे सगळे जण २४ तास काम करायचे. अर्थात, प्रवीणने डोक्यावर हात ठेवल्यानंतर दुसरं काय होणार म्हणा? जशी प्रवीणची टीम कार्यक्षम तशीच मंगेशची निर्मितीची टीमही चांगलीच तगडी होती. अतुल साळवे, अजय भोसले, तुषार हे सगळेजण अक्षरशः डोळ्यांत तेल घालून काम करत होते; कारण निर्मिती करणं ही काही सोपी गोष्ट नाही. अत्यंत जोखमीचं काम आहे ते. त्यांना साथ मिळाली ती स्वरूप क्रिएशन्सच्या सचिन नारकर आणि विकास पोवार यांची. अशा टीम हाताशी असतील तर कोणत्याही मोठ्या आव्हानांना सहज सामोरं जाता येतं.

विद्याधर भट्टे, बंटी आणि सलीम हे या संपूर्ण चित्रीकरणाच्या काळातले माझे आधारस्तंभ होते. त्यातलं भट्टेकाकांचं नाव कितीही

वेळा घेतलं तरी ते कमी आहे. पहिल्या लुक टेस्टला त्यांनी जो माझा हात धरला तो शेवटच्या दिवसापर्यंत सोडला नाही. 'यापुढच्या प्रत्येक परीक्षेत तुम्ही पास होणार' हे त्यांचे शब्द मला केवळ या सिनेमासाठी नाही तर आयुष्यभरासाठी हवे आहेत, इतके ते खरे ठरले. विद्याधर भट्टे नसते, तर आनंद दिघेंचं रूप साकारलं गेलं नसतं आणि ते साकारलं गेलं नसतं, तर जे यश आज मला दिसतंय तेही दिसलं नसतं. जवळजवळ साठीला आलेला हा माणूस; पण उत्साह इतका दांडगा की आम्हाला सगळ्यांना लाजवेल. माझ्या मेकअपला रोज दोन तास तरी लागायचे. जेवढे दिवस आम्ही शूट केलं, तेवढे सगळे दिवस न कंटाळता, न थकता ते मेकअप करायचे. कोणत्याच बाबतीत त्यांनी कधीच कमी-जास्त केलं नाही. कामाशी तडजोड केली नाही. माझ्याबरोबर जे इतर कलाकार होते, ज्यांच्या भूमिकाही महत्त्वाच्या होत्या, ते क्षितिश दाते आणि इतर नगरसेवक जे लोकांना माहिती असलेले चेहरे आहेत, त्या सगळ्यांच्या मेकअपची जबाबदारीसुद्धा काकांच्याच खांद्यावर होती आणि त्यासाठी त्यांना सतत सेटवर फिरावं लागायचं. एका व्हॅनिटीतून दुसऱ्या व्हॅनिटीत जावं लागायचं; पण ते इतक्या चपळाईने करायचे की त्यांच्या कामाचा झपाटा बघून त्यांच्या वयाचा अंदाजही येणार नाही. त्यांच्या हातात जादू आहे. असं म्हणतात की भट्टे- काकांचा हात ज्या कलाकाराला लागतो, तो कलाकार यशस्वी होतो. त्यामुळे आता यापुढे माझ्या यशाचा मार्ग मोकळा झाला असं म्हणायला हरकत नाही. त्यांचं आणखी एक वैशिष्ट्य म्हणजे त्यांनी हिंदी सिनेसृष्टीतल्या अनेक बड्या कलाकारांसोबत काम केलंय. विद्या बालन, संजय दत्त, सलमान खान, शाहरूख खान अशा लोकांसोबत त्यांचा वावर असतो; पण ते समोर आल्यावर कुठेही त्यांच्या व्यक्तिमत्त्वात त्याचा बडेजाव दिसत नाही. हसतखेळत समरसतेने काम करणारा माणूस म्हणजे आमचे भट्टेकाका.

बंटी म्हणजे भट्टेकाकांचा सहायक. सकाळी भट्टेकाका मेकअप करून गेले की मग दिवसभर बंटी माझ्यासोबत असायचा. जर खूप मोठा प्रसंग चित्रित करायचा असेल तरच भट्टेकाका दिवसभर थांबायचे, नाहीतर माझ्या सोबतीला बंटीच असायचा. संपूर्ण वेळ त्याचं माझ्या मेकअप आणि गेटअपवर बारीक लक्ष असायचं. जरा काही जागचं हललं की मला कळायच्या आत त्याला कळायचं आणि तो धावत

येऊन सगळं नीट करून जायचा. सलग १४-१४ तास तो माझ्यासोबत असायचा. सलीम हा माझा वैयक्तिक मेकअपमन. जो गेली १५ वर्षं माझ्यासोबत काम करतोय. भट्टेकाका असताना खरंतर सलीमची आवश्यकता नव्हती; पण जेव्हा त्याला कळलं की 'धर्मवीर'सारखा मोठा सिनेमा मी करतोय, तेव्हा सलीम स्वत: माझ्याकडे आला आणि म्हणाला "सर, तुम्हाला चालणार असेल, तर या सिनेमाच्या वेळी मलाही सोबत ठेवा. मला सगळं पाहायचं आहे, अनुभवायचं आहे आणि मुख्य म्हणजे भट्टेकाकांच्या हाताखाली त्यानिमित्ताने काम करता येईल. बऱ्याच गोष्टी शिकता येतील. मला पैशाची अजिबात अपेक्षा नाही, सर." मला त्याचा हा हेतू आवडला आणि मी लगेच त्याला होकार दिला.

बंटी आणि सलीम दोघंही सावलीसारखे माझ्यासोबत असायचे. दाढी, मिशी, विगमुळे मला खूप त्रास व्हायचा. माझा त्रास कमी करण्यासाठी हे दोघं सतत झटत होते. मेकअपव्यतिरिक्त लागणाऱ्या अन्य गोष्टी, जसं की चहा, पाणी, जेवण या सगळ्याबाबत या दोघांनी माझी अगदी जिवापाड काळजी घेतली.

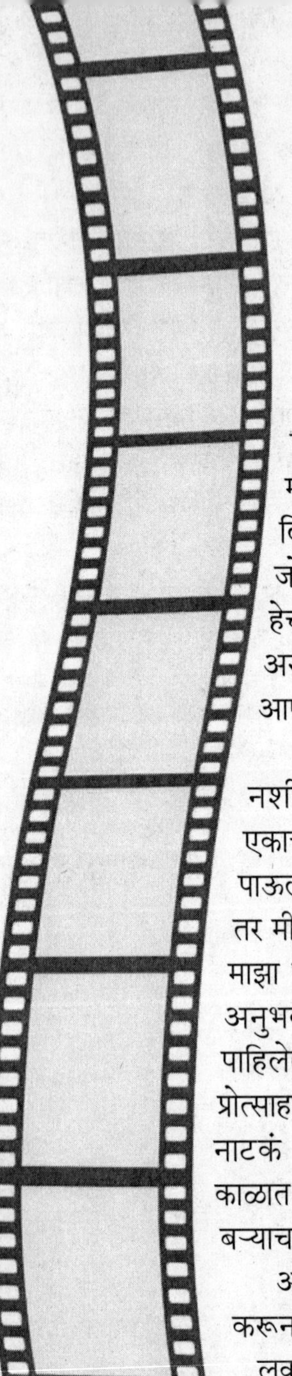

मंगेश देसाई

दिग्दर्शक हा कॅप्टन ऑफ द शिप असतो; पण दिग्दर्शकासोबतच आणखी एक घटक अत्यंत महत्त्वाचा असतो, तो म्हणजे निर्माता. जो होडीचा प्रवास योग्य दिशेने होण्यासाठी वाऱ्यासारखं काम करतो. जो दिसत नसला, तरी असतो आणि त्याचं हेच अस्तित्व संपूर्ण टीमला पुढे घेऊन जाणारं असतं. मंगेशने अगदी हेच तत्त्व आचरणात आणून 'धर्मवीर'च्या निर्मितीची धुरा सांभाळली.

मंगेश आणि माझी मैत्री ही खूप जुनी. नशीब आजमावण्यासाठी आम्ही साधारण एकाच काळात मुंबई नावाच्या जादुई दुनियेत पाऊल टाकलं. तो औरंगाबादहून मुंबईत आला, तर मी पुण्याहून मुंबई गाठली. मंगेश तेव्हापासूनचा माझा मित्र. एकमेकांचा संघर्ष आम्ही खूप जवळून अनुभवलेला आहे. कठीण काळातले दिवस पाहिलेत. चांगलं काम करण्यासाठी एकमेकांना प्रोत्साहन दिलंय. बऱ्याच मालिका, काही सिनेमे, नाटकं आम्ही एकत्र केलेली आहेत. मधल्या काळात संपर्क काहीसा कमी झाला होता; कारण बऱ्याच वर्षांत आम्ही एकत्र काम केलेलं नव्हतं.

अशात एक दिवस मंगेशने सकाळी कॉल करून मला लुक टेस्टसाठी बोलावलं होतं. लुक टेस्टच्या वेळी मला मंगेश जे बोलला होता ते वाक्य मला फार महत्त्वाचं

वाटतं. लुक टेस्ट झाल्यानंतर जेव्हा आम्ही त्या हॉलच्या खाली उभे होतो, तेव्हा तो म्हणाला, ''पश्या, मी खूप वर्षं तुझं काम पाहतोय; पण माझ्या मनात एक सल आहे. इतके वर्षांत तुझ्यातल्या अभिनेत्याला न्याय मिळेल अशी भूमिका तुझ्या वाट्याला आलेली नाही. तुझ्यातल्या अभिनेत्याची घुसमट मला दिसतेय. 'धर्मवीर'च्या निमित्ताने ती संधी तुला मिळायला हवी. तू त्याचं सोनं करशील याची मला खात्री आहे. या भूमिकेसाठी तुझी निवड झाली तर मला खूप आनंद होईल. तुला स्वतःला सिद्ध करण्याची संधी मिळेल. ही भूमिका तुझ्या पदरात पडायला हवी.'' हे बोलताना मंगेशच्या (त्याच्या) डोळ्यांत जी कळकळ, जी आत्मीयता होती ती मी कधीच विसरू शकणार नाही.

मंगेश या सिनेमाचा निर्माता जरी असला तरी तो स्वतः एक अभिनेता आहे; पण या सिनेमात त्याने कधीच या दोन भूमिकांची गल्लत होऊ दिली नाही. खरंतर त्यानेही दिघे साहेबांच्या भूमिकेसाठी लुक टेस्ट दिली होती; पण त्याचा लुक प्रवीण आणि इतर लोकांना तेवढा भावला नाही. मंगेशने हा नकार खूप खिलाडू वृत्तीने स्वीकारला. 'मी निर्माता आहे, मग मीच ती भूमिका करणार' असा हट्ट त्याने धरला नाही. कोण कोणती भूमिका साकारणार, याचा निर्णय घेण्याचं पूर्ण स्वातंत्र्य त्याने प्रवीणला दिलेलं होतं. त्यात मंगेशने काहीही हस्तक्षेप केला नाही. माझी निवड पक्की झाल्यानंतर जेवढा आनंद मला झाला होता, तेवढाच आनंद मंगेशच्या चेहऱ्यावर होता. सध्याच्या काळात या क्षेत्रात असे जिवाभावाचे मित्र, मोठ्या मनाची माणसं मिळणं फार दुर्मिळ आहे, त्यातला एक मंगेश आहे.

निर्माता म्हणून मंगेशने त्याची भूमिका १०० टक्के चोख बजावली. सिनेमाच्या कोणत्याच बाबतीत, कोणत्याही पातळीवर त्याने तडजोड केली नाही. निर्मितीखर्च वाढतोय म्हणून त्याने प्रवीणला कुठेही टोकलं नाही किंवा रोखलंही नाही. प्रवीणला जिथे जेवढी गर्दी हवी होती, जेवढे ज्युनिअर आर्टिस्ट्स हवे होते, जितकी वेगवेगळ्या प्रकारची लोकेशन्स हवी होती, ते ते सगळं मंगेशने निर्माता म्हणून पुरवलं. निर्माता म्हणून त्याने माझ्यासकट सगळ्या कलाकारांची उत्तम बडदास्त ठेवली. कुठेही हात आखडता घेतला नाही. खरंतर शूटिंग- नंतर मी ठाण्यातून रोज माझ्या घरी जाऊ शकत होतो आणि दुसऱ्या दिवशी

पुन्हा सेटवर येऊ शकत होतो; पण प्रवासात माझा वेळ वाया जाऊ नये, माझी जास्त दगदग होऊ नये, दिवसभर त्या गेटअपमध्ये काम केल्यानंतर पॅकअप झाल्यावर मला लगेच आराम मिळावा यासाठी त्याने ४०-५० दिवस माझी राहण्याची सोय ठाण्यातल्या शरणम् हॉटेलमध्ये केली होती. मुंबई किंवा ठाण्यातल्या एखाद्या नामांकित हॉटेलमध्ये ५० दिवस राहण्याचा आणि जेवणाचा एका माणसाचा खर्च किती येतो याचा अंदाज सगळ्यांनाच आहे; पण मंगेशने त्याचा विचार केला नाही. प्रत्येक कलाकाराच्या सोईकडे त्याने स्वत: जातीने लक्ष दिलं.

या चित्रपटाचं शूटिंग सुरू होतं, तेव्हा मंगेशचे आणखीही काही प्रोजेक्ट्स सुरू होते. त्या शूटिंगमध्ये तो दिवसभर व्यस्त असायचा; पण दिवसाच्या शेवटी, रात्री उशिरा का होईना तो स्वत: सेटवर यायचा, प्रत्येकाची विचारपूस करायचा. कोणाला काही अडचणी असतील तर त्या दूर करायचा. प्रत्येकजण जेवलाय ना याची खातरजमा करायचा. कोणाला काय हवं-नको ते बघायचा आणि मग स्वत: घरी जायचा. त्या वेळी मला मंगेशमध्ये एक जबाबदार कुटुंबप्रमुख दिसायचा.

मंगेशनं निर्माता म्हणून ज्या प्रकारे जबाबदारी सांभाळली ती पाहता, प्रत्येक सिनेमाला मंगेशसारखा निर्माता मिळायला हवा, असं मला मनोमन वाटून गेलं. ज्याला प्रोजेक्टची किंमत कळते, सिनेमाचं महत्त्व कळतं, असे निर्माते हाताच्या बोटांवर मोजण्याइतकेच असतात. मंगेश त्यातला एक म्हणावा लागेल. इथून पुढे 'धर्मवीर'सारखे अनेक उत्तमोत्तम चित्रपट मंगेशकडून होवोत आणि त्या सिनेमांमध्ये काम करण्याची संधी मला मिळो, अशी माझी मनोमन इच्छा आहे. ज्या सिनेमासाठी मंगेशने स्वत:चं घर गहाण टाकलं, त्या 'धर्मवीर'ला उदंड प्रतिसाद मिळाला. त्याच्या नशिबाने यापुढचा प्रत्येक सिनेमा, मग तो त्यात अभिनेता असेल किंवा निर्माता, तो सिनेमा यशस्वी होवो आणि प्रेक्षकांच्या मनात घर करण्यासोबतच मुंबईमध्ये त्याची अनेक घरं होवोत, याच माझ्याकडून त्याला शुभेच्छा!

प्रवीण तरडे

प्रवीण तरडे ही सहा अक्षरं म्हणजे मराठी सिनेसृष्टीला लाभलेलं एक वरदान आहे, असं माझं स्पष्ट मत आहे. एका विशिष्ट चौकटीत अडकलेल्या मराठी सिनेमाला हात धरून बाहेर काढणाऱ्या दिग्दर्शकांमध्ये प्रवीणचं नाव अग्रक्रमाने घ्यावं लागेल. प्रवीणबद्दल मी काय बोलू आणि किती बोलू? कारण मी जेवढं बोलेन तेवढं कमी आहे. केवळ या सिनेमाचा दिग्दर्शक म्हणून माझी ही भावना नाही; प्रवीण हा ठार वेडा माणूस आहे आणि वेडी माणसंच इतिहास घडवतात, हे वाक्य तो एक दिवस सार्थ करेल याची मला पूर्ण खात्री आहे.

पुण्यात असल्यापासून मी प्रवीणला पाहतोय. एक-दोन वर्षं मी त्याला सीनिअर आहे. अनेक आंतरमहाविद्यालयीन स्पर्धा आम्ही एकत्र केलेल्या आहेत. त्यामुळे त्याची काम करायची पद्धत आणि ध्येयवेडेपण याआधीही अनुभवलेलं आहे. माझ्यानंतर बऱ्याच वर्षांनी त्याने व्यावसायिक काम सुरू केलं. चित्रपटसृष्टीतल्या कामासाठी अनेकांनी मुंबई गाठली; पण प्रवीणने पुणं काही सोडलं नाही. पुण्यावर त्याचं विशेष प्रेम आहे. बाकीचे कलाकार मुंबईत येऊन जेवढं काम करतात, तेवढंच काम तो पुण्यात राहून करतो. त्यामुळे पुणं न सोडल्याची त्याला कधीच खंत वाटत नाही. आजही तो कामासाठी असंख्य वेळा पुणे-मुंबई अपडाउन करायला तयार असतो; पण मुंबईत येऊन स्थायिक होण्याचा विचार त्याच्या मनाला शिवतही नाही, याचं मला फार अप्रूप वाटतं. या काळात त्याच्या कामाचा आलेख कायमच चढता राहिलेला मी पाहिलाय. त्याच्या कामातली दिवसागणिक होणारी प्रगती मी पाहिली आहे. अनेक उत्तमोत्तम मालिका त्याने लिहिल्या, महेश मांजरेकरांसारख्या मोठ्या दिग्दर्शकांसोबत त्याने दिग्दर्शन साहाय्य केलं.

एक दिग्दर्शक म्हणून प्रवीण मला आवडतो; कारण जो माझा विचार आहे तोच त्याचाही दृष्टिकोन आहे. आपला प्रत्येक चित्रपट वेगळा असायला हवा. मराठी प्रेक्षकांना दरवेळी काहीतरी नवीन देता आलं पाहिजे. एकाच जॉनरच्या चित्रपटात प्रवीण अडकत नाही आणि दिग्दर्शक म्हणून मीसुद्धा रमत नाही. प्रवीणचे सिनेमे पाहिले तर ही गोष्ट अगदी सहज लक्षात येईल. त्याचा पहिलाच सिनेमा 'मुळशी पॅटर्न' आजवर कोणी विचार केला नाही अशा धाटणीचा सिनेमा त्याने

बनवला, ज्याचा नंतर हिंदीत 'अंतिम' नावाचा रिमेक आला, ज्यात सलमान खानने काम केलंय. ओम भुतकरसारख्या नव्या नटाला घेऊन त्याने अनोखा आणि धाडसी प्रयोग केला. आपल्या अभिनयाच्या कक्षा रुंदावायच्या असतील तर नवीन पिढीतल्या प्रत्येक कलाकाराने प्रवीण तरडेसोबत एकदातरी काम केलं पाहिजे, हे माझं स्पष्ट मत आहे. 'मुळशी पॅटर्न'नंतर तो एक यशस्वी दिग्दर्शक आणि लेखक म्हणून नावारूपाला आला. 'देऊळ बंद' सारखा सिनेमा करायला हिंमत लागते, ती हिंमत प्रवीणच्या ठाई आहे. 'सरसेनापती हंबीरराव' सारखा ऐतिहासिक सिनेमा करणं म्हणजे शिवधनुष्य उचलण्यासारखं होतं; पण तेही लीलया पेललं. त्याच्या सिनेमात लेखन, दिग्दर्शन, पटकथा आणि संवाद या चारही आघाड्या तो एकहाती सांभाळतो. हंबीररावमध्ये तर त्याने अभिनयसुद्धा केलाय आणि कुठली छोटी -मोठी भूमिका नाही तर सरसेनापतींची मध्यवर्ती भूमिका. हे सगळं करायला वाघाचं काळीज लागतं, जे प्रवीणकडे आहे. मी 'चंद्रमुखी' करत असताना अनेकांनी मला मुख्य भूमिका करण्याचं सुचवलं होतं; पण माझं काही धाडस झालं नाही. खरंतर मी प्रवीणसारखा चार आघाड्यांवर लढत नव्हतो. कथा विश्वास पाटलांची होती, संवाद चिन्मय मांडलेकरचे होते, मला केवळ दिग्दर्शन करायचं होतं; पण तरीही मी धजावलो नाही; कारण दोन गोष्टी एकावेळी करताना माझ्याकडून कोणत्यातरी एका गोष्टीला झुकतं माप दिलं जाईल आणि दुसरीकडे दुर्लक्ष होईल अशी भीती मला कायम वाटायची. प्रवीण हे सगळं कसं निभावतो आणि त्यासाठीची ताकद कुठून आणतो, हे त्याचं त्याला माहिती.

प्रवीण ज्या धाटणीचे सिनेमे हाताळतो ते सिनेमे, त्या सिनेमांचे विषय गंभीर असतात, खोल असतात. अशा वेळी जर संपूर्ण सिनेमाचा सूर हा गंभीर ठेवला तर तो सिनेमा प्रेक्षकांना बोजड वाटू शकतो आणि हीच गोष्ट हेरून सिनेमात मोक्याच्या ठिकाणी प्रवीण असे काही संवाद पेरतो, की काही क्षणांसाठी सिनेमाचा मूड बदलतो, हलका होतो आणि पुढचा सिनेमा पाहण्यासाठी प्रेक्षक सज्ज होतात. प्रेक्षकांची मानसिकता आणि ही नस प्रवीणने अचूक हेरलेली आहे. 'धर्मवीर' पाहताना हा अनुभव तुम्हाला आलाच असेल.

आज अत्यंत अभिमानाने आणि जबाबदारीने एक विधान मी करतो

की 'धर्मवीर' साध्य झाला तो केवळ प्रवीण तरडेमुळेच. मराठी सिनेसृष्टीतल्या इतर कोणत्याही दिग्दर्शकाला 'धर्मवीर' उभा करता आला नसता. 'धर्मवीर' सिनेमाचं दिग्दर्शन प्रवीणने करणं ही प्रवीणपेक्षा त्या सिनेमाची जास्त गरज होती. मी इतर दिग्दर्शकांना कमी लेखत नाही, तो माझा हेतूही नाही; पण मी इथे प्रवीणचं महत्त्व अधोरेखित करतोय. त्याने ज्या प्रकारे या सिनेमासाठी संशोधन केलं, वाचन केलं, लोकांना भेटला, दिघे साहेबांच्या व्यक्तिमत्त्वाचा अभ्यास केला, ज्या पद्धतीने कथेची बांधणी केली, पटकथेची मांडणी केली, लक्षवेधी संवाद लिहिले हे केवळ प्रवीणच करू जाणे.

प्रवीणचं वाचन दांडगं आहे. त्याच्या लिखाणात त्या वाचनाची बैठक दिसते. त्यामुळे त्याने लिहिलेले संवाद बोलताना, ऐकताना मजा येते; पण खबरदारीही घ्यावी लागते; कारण त्याने उगाच काहीतरी खरडलेलं नसतं, तर त्यात त्याच्या विचारांचं, व्यासंगाचं अधिष्ठान असतं. त्याचा उचित सन्मान राखण्याची जबाबदारी कलाकार म्हणून आमची असते. 'धर्मवीर'चा जो पहिलाच टिझर आला तो लक्षात राहिला आणि त्याने लक्ष वेधून घेतलं; कारण 'दोन्ही खिसे रिकामे असलेला, कोणत्याही बँकेत खातं नसलेला एक श्रीमंत राजकारणी महाराष्ट्राने पाहिला.' ही प्रवीणने लिहिलेली वाक्यं. वाक्यात गेयता आणण्यासाठी आणि ते संवाद लक्षवेधी होण्यासाठी शब्दांची मांडणी कशी करायची याची प्रवीणला उत्तम जाण आहे. त्यामुळेच 'सगळे राजकारणी सारखे नसतात, काही आनंद दिघे असतात' किंवा 'जंगलात राहून वाघाशी आणि महाराष्ट्रात राहून माझ्याशी वैर नाही घ्यायचं' असे संवाद लोकांच्या सहज लक्षात राहतात, हे प्रवीणचं आणखी एक बलस्थान म्हणावं लागेल.

आनंद दिघेंच्या बाबतीत एक गोष्ट अनेकांकडून ऐकली की ते एका दिवसात दोन दिवस जगायचे. कधी कधी २४ तास ते झोपायचे नाहीत. दिघे साहेबांना असं 'जगताना' मी पाहिलं नव्हतं; पण प्रवीणला मात्र मी असं 'जगताना' पाहिलंय. रात्री ९ वाजता पॅकअप झाल्यावर तो हॉटेलवर जायचा, जेवायचा आणि लगेच दुसऱ्या दिवशीच्या सीनवर काम करायला सुरुवात करायचा. रात्री तीन-साडे तीन पर्यंत त्याचं ते काम सुरू असायचं. त्यानंतर तो त्याच्या असिस्टंटला उठवायचा,

उद्याच्या सीननुसार कोणत्या गोष्टींची गरज आहे, ते विचारायचा. त्या सगळ्या आहेत का हे पाहायचा, नसतील त्याची व्यवस्था लावायचा. मग तो काहीतरी वाचायचा. तोपर्यंत सकाळचे सहा-साडेसहा वाजायचे. त्यानंतर आवरून सकाळी ८ वाजता तो सेटवर हजर असायचा ते नव्या उमेदीने, नव्या उत्साहाने. या चित्रीकरणाच्या संपूर्ण दिवसांमध्ये त्याची जी एनर्जी पहिल्या दिवशी होती, शेवटच्या दिवशी ती तसूभरही कमी झालेली नव्हती.

बरं, प्रवीणचं दिग्दर्शन म्हणजे त्यात हळू आवाजात बोलणं नाहीच. कायम आवाज तारसप्तकात लागलेला असायचा. कधी कधी तर तो खूप ओरडायचा. अर्थात् तो जे ओरडायचा ते सिनेमाच्या आणि त्या कलाकाराच्या भल्यासाठीच. समोरच्या कलाकाराकडून जे अपेक्षित आहे, ते मिळत नाही तोपर्यंत तो ओरडायचा आणि सीन मनासारखा झाला की मगच शांत व्हायचा. सुदैवाने माझ्यावर कधी प्रवीणचा ओरडा खाण्याची वेळ आली नाही. ५५ दिवसांत दिग्दर्शकाला आपल्यामुळे एकदाही त्रास झाला नाही, याचं मला समाधान आहे.

दिग्दर्शक म्हणून जरी मी प्रवीणला सीनिअर असलो, तरी या संपूर्ण प्रक्रियेत मला प्रवीणकडून अनेक गोष्टी शिकता आल्या. म्हणजे सिनेमाच्या शूटिंगव्यतिरिक्त मार्केटिंगसाठी फुटेज कसं शूट करायचं, त्याचा कसा वापर करायचा, प्रोमो कसे असले पाहिजेत, ते कसे लिहिले पाहिजेत, हे सगळं मी प्रवीणकडे पाहून शिकत होतो.

लिखाण ही प्रवीणची ताकद आहे. तरीही कधी कधी शूटिंग सुरू असताना तो मध्येच सीन कट करायचा आणि म्हणायचा 'मी जे लिहिलंय ते आत्ता मला फार चांगलं वाटतं नाहीये. असं करा, मला पाच मिनिटं द्या. मी काहीतरी नवीन लिहून आणतो.' आता जे त्याने आधी लिहिलेलं असायचं ते आमच्यासाठी चांगलंच असायचं; पण पाच मिनिटांनी तो जे घेऊन यायचा ते वाचल्यावर उत्तम म्हणजे नेमकं काय हे आम्हाला कळायचं. प्रवीणचं डोकं म्हणजे शब्दांचं भांडार आहे, याचा प्रत्यय मला क्षितिश सोबतचा नरिमन पॉइन्टवरचा सीन शूट करताना आला. शिंदे साहेबांची दोन मुलं गेल्यानंतर दिघे साहेब त्यांना समजावतात तो प्रसंग. त्या प्रसंगातल्या संवादांमध्ये तत्त्वज्ञान काठोकाठ भरलेलं आहे. या प्रसंगाचं चित्रीकरण सुरू असताना जेव्हा क्षितिश मला

मागून मिठी मारतो, तेव्हा प्रसंगाने उच्चांक गाठलेला होता आणि तेवढ्यात प्रवीण माइकवरून ओरडला 'प्रसाद, आता म्हण, अनाथांचा एकनाथ हो, लोकांचा लोकनाथ हो.' एका अजरामर संवादाचा जन्म होताना, आम्ही त्याचे साक्षीदार झालो होतो; पण हे झाल्यानंतर आपण काहीतरी मोठा तीर मारलाय असा कोणताही आविर्भाव त्याच्या चेहऱ्यावर नव्हता, तो केव्हाच पुढच्या कामाला लागलेला. त्या क्षणी एक गोष्ट जाणवली की प्रवीणवर सरस्वतीचा वरदहस्त आहे.

'धर्मवीर' साकारताना प्रवीणने कधीच मला त्याच्या चौकटींमध्ये अडकवलं नाही. मला त्याने पूर्ण मोकळीक दिलेली होती. "तुला जे योग्य वाटेल ते तू कर. जिथे चुकतोयस, तिथे हे चुकीचं वाटतंय असं मी तुला स्पष्ट सांगेन." असं त्याने पहिल्याच दिवशी सांगितलं. त्यामुळे या संपूर्ण काळात माझी कुठेच घुसमट झाली नाही. जो माणूस पहिल्या दिवशी आपल्यावर इतका विश्वास दाखवतो, त्याचा विश्वास खरा करून दाखवणं ही मोठी जबाबदारी असते.

'धर्मवीर' हा एक सिनेमा झाला; पण मला प्रवीणसोबत भविष्यात अनेक सिनेमे करायला आवडतील. त्याच्याहातून एकापेक्षा एक उत्तम कलाकृती घडाव्या आणि त्या सगळ्या यशस्वी व्हाव्यात अशी माझी मनापासून इच्छा आहे. आज त्याला माझं एकच सांगणं आहे 'प्रवीण, 'धर्मवीर' तुझ्याशिवाय शक्यच नव्हता.'

एकनाथ शिंदे
आणि
श्रीकांत शिंदे

आयुष्यात आपण जेव्हा एखादी आव्हानात्मक गोष्ट करत असतो, तेव्हा आपल्या सोबत कोण उभं आहे, याला महत्त्व असतंच; पण तेवढंच महत्त्व असतं आपल्या पाठीशी भक्कमपणे कोण उभं आहे याला. सिनेमाच्या संपूर्ण प्रवासात माझ्या जवळची सगळी माणसं माझ्यासोबत उभी होती आणि सिनेमाच्या मागे खंबीरपणे उभे होते राज्याचे तत्कालीन नगरविकासमंत्री आणि आत्ताचे मुख्यमंत्री मा. श्री. एकनाथजी शिंदे साहेब आणि त्यांचे पुत्र, खासदार मा. श्री. श्रीकांत शिंदे साहेब.

दुसरी लुक टेस्ट झाल्यानंतर मंगेशने दिल्ली गाठत श्रीकांत शिंदे साहेबांना माझे फोटोज् दाखवले होते. त्यानंतर त्यांच्या प्रतिक्रियेने सगळ्यात पहिल्यांदा माझ्यात आत्मविश्वास निर्माण केला होता. माझं कौतुक केलं होतं. त्यांचं तेव्हाचं बोलणं मला अजूनही आठवतं, 'प्रसादजी, मी तुमचं काम पाहिलं आहे; पण आजवरचं तुमचं करिअर आणि या भूमिकेनंतरचं तुमचं करिअर हे फार वेगळं असेल. व्यक्तिरेखा खूप मोठी आहे. जबाबदारी खूप मोठी आहे. दिघे साहेबांचा अभ्यास करा. तुम्हाला लागेल ती सगळी

मदत करण्याची माझी तयारी आहे.'' त्यांच्या या शब्दांनी अंगात दहा हत्तींचं बळ निर्माण केलं. पुढे सिनेमाचं शूटिंग सुरू झाल्यानंतर ते आपल्या व्यस्त वेळापत्रकातून वेळ काढून सेटवर यायचे. माझ्याशी बोलायचे. मंगेशप्रमाणेच त्यांनीही फार निगुतीने प्रोडक्शनच्या कामात लक्ष घातलं. ते सेटवर यायचे, भरभरून बोलायचे, कौतुक करायचे आणि आम्हाला सगळ्यांना भरपूर एनर्जी देऊन जायचे.

एकनाथ शिंदे साहेब सेटवर फारच कमी वेळा आले. अर्थात्, ते साहजिकच होतं. त्यांचं वेळापत्रकच एवढं भरलेलं असायचं की त्यांना सहज वेळ मिळणं शक्यच नव्हतं; पण तरीही वेळात वेळ काढून ते पाच-सहा वेळा सेटवर आले. ते आले की सेटवरचं सगळं वातावरण बदलून जायचं. त्यांचा ऑराच वेगळा आहे. एक प्रकारची सकारात्मकता, काम करण्याचा उत्साह, सगळं काही द्विगुणित व्हायचं. मी त्यांचं फार बारकाईने निरीक्षण करायचो. छोट्यातल्या छोट्या घटकाला आपलंसं करण्याची त्यांची हातोटी विलक्षण होती. कार्यकर्त्यांच्या मनातही त्यांच्याबद्दल अपार आदर दिसायचा, जो दाखवण्यापुरता नाही तर खूप आतून, मनापासून असायचा.

एकनाथ शिंदे साहेब आणि श्रीकांत शिंदे यांच्यासोबतचा एक प्रसंग जो मला कायम आठवतो. हे दोघं जेव्हा सेटवर यायचे आणि दिघे साहेबांच्या गेटअपमध्ये मी त्यांच्यासमोर यायचो तेव्हा दोघंही पट्कन उठून उभे राहायचे. एक कॅबिनेट मंत्री आणि एक खासदार असे लगबगीने आपल्यासमोर उभे राहतात हे पाहून मला खूप अवघडल्यासारखं व्हायचं. मी एकदा एकनाथ शिंदे साहेबांना म्हणालो, "साहेब, तुम्ही असे पट्कन उभे राहता, मला लाजल्यासारखं होतं. मला कल्पना आहे की ते उभं राहणं हे केवळ दिघे साहेबांसाठी आहे; पण मला संकोच वाटतो. त्यावर शिंदे साहेब म्हणाले, "तुम्ही सगळा मेकअप, गेटअप काढून या. मी इथे तुमच्या बाजूला खुर्चीत बसून दोन तास गप्पा मारेन; पण जेव्हा तुम्ही आमच्या साहेबांच्या वेशात समोर येता तेव्हा आम्ही तुमच्यासमोर बसूच शकत नाही. आमचं रक्त, आमचे संस्कार आम्हाला असं वागण्याची परवानगी देत नाहीत.'' त्यांच्या या एका वाक्याने दिघे साहेब त्यांच्यासाठी काय होते आणि आजही दिघे साहेबांबद्दल त्यांच्या मनात किती प्रेम, आदर आणि कृतज्ञता आहे हे मला दाखवून दिलं.

एकनाथ शिंदे साहेब जेव्हा पहिल्यांदा सेटवर आले आणि त्यांनी मला पाहिलं तेव्हा ते काहीच बोलले नाहीत. मला त्याचं थोडं आश्चर्यही वाटलं आणि वाईटही वाटलं; कारण त्यांची प्रतिक्रिया माझ्यासाठी महत्त्वाची होती. ते आले, शूटिंगचा काही भाग मॉनिटरवर पाहिला आणि ते निघून गेले. त्यांचं असं निघून जाणं आमच्या सगळ्यांचीच चिंता वाढवणारं होतं. आम्ही सगळेच टेन्शनमध्ये होतो. मी, प्रवीण आणि मंगेशला विचारलं. त्यांनाही काही कळत नव्हतं. 'काम आवडलं नाही का? सीन आवडला नाही का? माझा लुक आवडला नाही का?' असे एक ना अनेक प्रश्न आमच्या डोक्यात थैमान घालत होते. साधारण अर्धा तास आम्ही सगळेच शांत होतो. कसलाच उत्साह वाटत नव्हता. सेटवरही जी नेहमी धावपळ असते, ती बंद झाली होती. छोटी छोटी कामं फक्त सुरू होती. त्यानंतर थोड्या वेळाने शिंदे साहेबांचे स्वीय सचिव सचिन जोशी तिथे आले. आमच्या डोक्यात जे प्रश्न होते ते आम्ही त्यांना विचारले. त्यावर ते म्हणाले, "काळजी करू नका. साहेब रागावलेले नाहीत. त्यांना तुमचं काम खूप आवडलंय. फक्त तुम्हाला दिघे साहेबांच्या वेशात बघून ते भावुक झालेत. त्यांना भरून आलं. त्यांच्या डोळ्यांत पाणी होतं; पण ते इथे कोणाला दिसू द्यायचं नव्हतं. इथे त्यांना व्यक्त होता येत नव्हतं, म्हणून ते निघून गेले." सचिन जोशींनी हा निरोप दिला आणि त्यानंतर जीव भांड्यात पडतो म्हणजे नेमकं काय होतं, ते आम्ही सगळे अनुभवत होतो.

श्रीकांत शिंदे आणि एकनाथ शिंदे साहेब दोघंही अगदी मनस्वी आहेत, मनमिळाऊ आहेत. समोरच्या माणसाला आपलंसं करणं त्यांना जमतं. त्यांच्याभोवती जो लोकांचा आणि कार्यकर्त्यांचा गराडा असतो, त्यामागे हेच कारण आहे. प्रत्येकाच्या अडीअडचणीला धावून जाणं, संकटात त्याला मदत करणं ही बाळासाहेबांची आणि दिघे साहेबांची शिकवण या दोघांनी तंतोतंत आचरणात आणलेली आहे. ते संस्कार हे दोघं आजही विसरलेले नाहीत.

चित्रपट पूर्ण झाल्यानंतर प्रदर्शनाआधी या दोघांनी पाच-सहा वेळा तरी सिनेमा पाहिला. त्यांना सगळे तांत्रिक सोपस्कार समजून घ्यायचे होते. डी.आय.म्हणजे काय, कलर करेक्शन नंतर सिनेमा कसा दिसतो, एडिट कसं केलं जातं, पार्श्वसंगीत कसं दिलं जातं, हे सगळं त्यांनी

समजून घेतलं. मला त्यांची ही कृती खूप आवडली. म्हणजे दिघे साहेबांचा सिनेमा म्हणून केवळ श्रेय घेण्यासाठी पुढे पुढे करणं नाही, तर आपल्या गुरूचा चित्रपट आहे, म्हणजे आपल्या घरचं कार्य आहे असं समजून ते वागत होते. सगळं व्यवस्थित व्हायला हवं याची ते अगदी डोळ्यांत तेल घालून काळजी घेत होते.

'धर्मवीर' सिनेमामागे एकनाथ शिंदे साहेब आणि श्रीकांत शिंदे साहेब भक्कमपणे उभे होते म्हणून हा सिनेमा कल्पनेपेक्षाही मोठा झाला. एकनाथ शिंदे साहेबांकडे बघून एकच म्हणावंसं वाटतं. 'सगळेच राजकारणी सारखे नसतात, काही एकनाथ शिंदे असतात.'

डबिंग

अभिनय आणि दिग्दर्शनासोबतच माझा आणखी एक आवडता प्रांत आहे आणि तो म्हणजे डबिंग. जेव्हा मी मुंबईत आलो, तेव्हा आत्ता जसे भरपूर चॅनल्स आहेत, तसे नव्हते. फक्त नाटकांचे प्रयोग व्हायचे आणि एक सह्याद्री वाहिनी होती. काही तुरळक निर्माते-दिग्दर्शक चित्रपट बनवायचे. त्यानंतर काही वर्षांनी अल्फा मराठी सुरू झालं. त्या अल्फा मराठीवर तेव्हा काही गाजलेल्या हिंदी मालिका डब करून मराठीत दाखवल्या जायच्या. त्यातल्या बऱ्याच मालिकांच्या डबिंगच्या युनिटमध्ये मी काम केलंय. त्या काळात डबिंगचा बराच अनुभव मला गाठीशी बांधता आला. 'सीन साउंड' हा नवीन प्रकार सिनेमामध्ये आलाय; पण मी त्यासोबत फार जुळवून घेऊ शकत नाही आणि मला तो प्रकार फारसा आवडतही नाही. तो कधी कधी उपयोगी पडू शकतो; पण डबिंग ही तुम्हाला मिळालेली नवी संधी असते; कारण तुमच्या कामात जर एखादी गोष्ट राहून गेली असेल, काही चुकलं असेल तर त्या चुका तुम्ही डबिंगमध्ये सुधारू शकता.

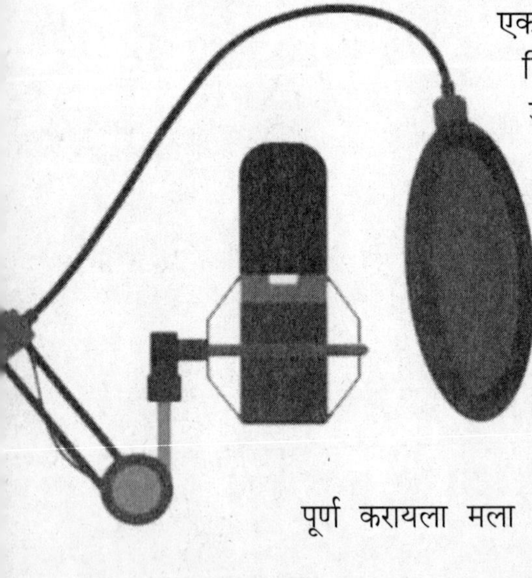

एक अभिनेता आणि दिग्दर्शक म्हणून सिनेमाच्या एकूण प्रवासात मला डबिंग हा फार महत्त्वाचा घटक आणि टप्पा वाटतो.

'धर्मवीर'चं डबिंग करताना मला फार मजा आली. एखाद्या चित्रपटात माझी मुख्य भूमिका असेल तर त्या चित्रपटाचं डबिंग मी दीड-दोन दिवसांत पूर्ण करतो आणि भूमिका छोटी असेल किंवा खलनायकाची असेल तर डबिंग पूर्ण करायला मला एक दिवस पुरतो. माझा डबिंगचा

वेग खूप जास्त आहे. या आधी जर कोणत्या सिनेमाच्या डबिंगला मला वेळ लागला असेल तर तो सिनेमा म्हणजे, 'ती रात्र' आणि त्यानंतर जर कोणत्या सिनेमासाठी वेळ लागला असेल तर तो सिनेमा म्हणजे 'धर्मवीर.' या सिनेमासाठी मी सलग सात दिवस डबिंग केलं. पहिल्या दिवशी आम्ही एक प्रयोग करून पाहिला. सिनेमात मी माझ्या लुकसाठी वेगळे दात लावलेले आहेत. डबिंग करताना उच्चारात फार बदल वाटू नये म्हणून ते दात लावूनच डबिंग केलं; पण तो प्रयोग तितका यशस्वी झाला नाही. मग सगळं डबिंग ते दात न लावताच करायचं आम्ही ठरवलं.

सिनेमात माझ्या भूमिकेच्या वयाचे एकूण तीन टप्पे आहेत. पहिला टप्पा तिशीचा, दुसरा चाळिशीचा आणि तिसरा पन्नाशीचा. या तीनही टप्प्यांसाठी मला तीन वेगवेगळे आवाज लावायचे होते. काही ठिकाणी प्रचंड ओरडायचं होतं, बिरजे बाईंच्या घरासमोर जी दंगल उसळली होती, त्यानंतरच्या संवादांसाठी पोटातून आवाज लावणं गरजेचं होतं. काही सीनला प्रचंड थकलेला आवाज लावणं अपेक्षित होतं, बाळासाहेबांसोबतचं फोनवर बोलणं असेल किंवा क्षितिशसोबतचा नरिमन पॉइन्टवरचा सीन असेल, तिथे प्रचंड शांत, थकलेला आवाज येणंच अपेक्षित होतं. सिनेमामाध्ये प्रचंड वेगवेगळ्या स्वभावाचे आणि मूडचे सीन आहेत आणि त्या प्रत्येक सीनच्या गरजेनुसार आवाज बदलणं आवश्यक होतं.

सिनेमात काही सीनमध्ये, काही क्षणांसाठी फक्त माझी पाठ दिसते; पण त्या तेवढ्या पॅचसाठीसुद्धा प्रवीणला संवाद सुचलेले आहेत आणि त्याने ते पेरलेले आहेत. कॅमेऱ्याकडे जेव्हा तुमची पाठ आहे, तेव्हा तुमचा चेहरा कॅमेऱ्यासमोर असताना संवादाचा जो मूड आहे, तोच मूड पकडून जणू काही तुम्ही तुमच्या पाठीने बोलतच आहात असा आविर्भाव मनात ठेवून बोलावं लागतं. तेव्हा तुमचे हावभाव प्रेक्षकांना दिसत नसतात, त्यामुळे ते डबिंग अधिक बोलकं आणि संवादात्मक असणं गरजेचं असतं. उदाहरण द्यायचं झालं तर सुशांत शेलारसोबत पोलीस ठाण्यातला जो सीन आहे, जिकडे मी त्या शेट्टीला कानाखाली वाजवतो, तिकडे माझ्या खांद्यावरचा नॅपकीन चालू टेकमध्ये अचानक खाली पडला, जे पडणं अपेक्षित नव्हतं. जेव्हा तो नॅपकीन पडला, तेव्हा आमचा मास्टर शॉट लागलेला होता. त्यामुळे पोलीस स्टेशनमधून

निघताना तो नॅपकीन उचलतानाही दाखवणं भाग होतं, नाहीतर ते जास्त खटकलं असतं. मास्टर शॉट झाल्यावर मी प्रवीणला म्हणालो ''प्रवीण, प्रसंगाच्या आवेशात होतो. खांद्यावरून चुकून नॅपकीन पडला.'' प्रवीण म्हणाला, ''सॉरी काय अरे, नैसर्गिक आहे, होऊच शकतं; पण आता तो क्लोज शॉटला पण पडला पाहिजे.'' तिकडेच नेमकी पंचाईत झाली. मास्टर शॉटला जो नॅपकीन आपोआप पडला, क्लोज शॉटला तो धक्के देऊनही पडत नव्हता, त्यासाठी वेगळे तीन टेक घ्यावे लागले, मग तो पडला. प्रवीणने तो नॅपकीन पाडायला का लावला किंवा सुरुवातीला जेव्हा पडला तेव्हा त्याने सीन कट न करता तसाच का ठेवला याचं उत्तर मला डबिंगच्या वेळी मिळालं. डबिंग करताना त्याने त्या सीनच्या वेळी मला अचानक वाक्य दिलं की 'खूप घाण झाली होती समाजात, पोरांनी साफ केली.' मी नॅपकीन घ्यायला खाली वाकतो आणि उचलून झटकतो, या दोन्ही वेळी माझा चेहरा दिसत नाहीये. तेवढ्या वेळात बसेल आणि त्या प्रसंगात रुचेल असं वाक्य प्रवीणला सुचलं. डबिंगची हीच तर खरी गंमत असते.

माझ्याप्रमाणेच डबिंग हा प्रवीणचाही आवडता प्रांत. त्यामुळे ५५ दिवसांच्या शूटिंगमध्ये आम्ही जेवढी मजा केली, तेवढीच धमाल आम्ही डबिंगच्या सात दिवसांमध्ये केली. आवाज थकला की आम्ही थांबायचो, ब्रेक घ्यायचो, चहा प्यायचो, पुन्हा काम सुरू करायचो. प्रवीणला जेव्हा वाटायचं की आज अपेक्षित आवाज लागत नाहीये, तिथे तो काम थांबवायचा. माझ्या प्रयोगशीलतेला प्रवीणने या संपूर्ण काळात खूप उत्तम साथ दिली. थकलेला आवाज व्यवस्थित लागावा आणि त्याचा अपेक्षित परिणाम साधला जावा, यासाठी मी प्रवीणसमोर एकदा एक प्रस्ताव ठेवला आणि त्याने तो मान्य केला. आम्ही असं केलं की 'धर्मवीर'सोबत माझ्या इतर गोष्टीही सुरू होत्या. हास्यजत्रेचं शूटिंग होतं. 'चंद्रमुखी'च्या पोस्ट प्रोडक्शनची धावपळ सुरू होती. मी दिवसभर ही सगळी कामं करून थकलो की रात्री त्याच थकलेल्या अवस्थेत काही सीन्सचं डबिंग केलं आणि प्रवीणला जे अपेक्षित होतं, त्यापेक्षा जास्त छान त्याचा परिणाम साधला गेला. त्या दिवसांमध्ये सकाळी सात ते रात्री नऊ इतर कामं करून नऊ नंतर रात्री बारापर्यंत, कधी कधी मध्यरात्रीपर्यंत आम्ही डबिंगचं काम केलेलं आहे.

कधी कधी शूटिंगच्या गडबडीत नकळत तुमच्याकडून चुकीच्या शब्दावर जोर दिला जातो. आपली मराठी भाषा वळवावी तशी वळते, त्यामुळे चुकीच्या शब्दावर जोर दिला की त्या वाक्याचा अर्थही अनेकदा बदलतो. हे सगळं तुम्ही डबिंगच्या प्रक्रियेत सुधारू शकता. 'धर्मवीर'च्या वेळी असं झालं की मोहन जोशींसोबतचा सीन आम्ही शूट करत होतो. त्यांची एक्झिट झाल्यानंतर माझं एक वाक्य आहे. "डोक्यावर टोपी घालून फिरणारा नाही, डोक्यात जिहाद घेऊन जगणारा मुसलमान आपला शत्रू आहे." सीन शूट करताना या वाक्यात मी दोन वेगवेगळ्या शब्दांवर जोर देऊन ते वाक्य म्हटलं. 'फिरणारा' आणि 'जगणारा' हे शब्द मी जोर देऊन बोललो होतो, जे अपेक्षित नव्हतं आणि त्याने अपेक्षित परिणामही साधला जात नव्हता. रिटेकच्या वेळी तेच वाक्य मी वेगवेगळ्या पद्धतीने, वेगवेगळ्या टोनमध्ये, दुसऱ्या शब्दांवर जोर देऊन म्हणून पाहिलं, तेव्हा प्रवीण म्हणाला, "प्रसाद, आत्ता कोणत्याच शब्दावर जोर नको. वाक्य प्लेन घे. डबिंगच्या वेळी बघू." डबिंगच्या वेळीही वेगवेगळ्या प्रकारे आम्ही ते वाक्य रेकॉर्ड केलं. त्यातलं प्रवीणला जे पटलं ते त्याने सिनेमात ठेवलं.

डबिंगचे असे अनेक फायदे असतात. शूटिंगमधल्या त्रुटी तुम्ही डबिंगमध्ये भरून काढू शकता. तुम्ही जे काम केलंय, ते आणखी वरच्या पातळीवर नेऊ शकता, सजवू शकता. शूटिंगच्या वेळी तुम्ही तुमची भूमिका ५० टक्क्यांवर नेऊन ठेवली असेल, तर डबिंगच्या माध्यमातून ती तुम्हाला ८० ते ९० टक्क्यांवर नेता येते, असं माझं मत आहे. त्यामुळे डबिंग ही केवळ दुसरी, नवी संधी नसून, तुमचं काम आणखी प्रभावीपणे करण्याची सुवर्णसंधी असते.

मंजिरी ओक

असं म्हणतात 'प्रत्येक यशस्वी पुरुषामागे एक स्त्री असते.' माझ्या यशाचं प्रशस्तिपत्रक मी स्वत:लाच देणं इथे प्रशस्त वाटत नाही. मायबाप प्रेक्षक ते ठरवतील; पण आजवर मला अपयशाची कधीच भीती वाटली नाही, याचं कारण माझी बायको मंजिरी. ठेच लागली तरी अडखळून पडणार नाही, याची मला खात्री होती; कारण आजवर प्रत्येक क्षणी मंजूने माझा हात अगदी घट्ट धरून ठेवलाय. माझी बायको, मैत्रीण आणि प्रसंगी ती माझी मार्गदर्शकही झाली. आजवरच्या सहजीवनात आम्ही अनेक चढ-उतारांना सामोरे गेलो. प्रत्येक कठीण प्रसंगात मंजिरी माझ्यासोबत उभी होती. दरवेळी ती इतकी खंबीरपणे माझ्यासोबत होती, की आत्ता जे पदरी पडलंय ते अपयश आहे हे कळेपर्यंत आम्ही यशाच्या पायरीपर्यंत वाटचाल केलेली असायची. माझं अपयश हे तिने मला कधी जाणवूच दिलं नाही. अगदी प्रतिकूल काळात "प्रसाद, आपलेही चांगले दिवस येतील," हे म्हणताना तिच्या डोळ्यांतला आत्मविश्वास, आशावाद मला दहा हत्तींचं बळ देऊन जायचा, लढण्यासाठी, संघर्षासाठी तयार करायचा.

'धर्मवीर'चं स्वप्न एक कलाकार आणि अभिनेता म्हणून जसं मी पाहिलं, तितक्याच आत्मीयतेने आणि पोटतिडकीने मंजिरीनेही

पाहिलं. प्रवीणने जेव्हा माझ्यासमोर वजन कमी करण्याचं आव्हान ठेवलं, त्या आव्हानाचा सगळ्यात जास्त भार मंजूने तिच्या खांद्यांवर उचलला. जेव्हा तिला हे कळलं तेव्हाच तिने मला बजावलं होतं की, प्रसाद, आपल्या आयुष्यातला हा खूप मोठा टर्निंग पॉइन्ट आहे. हा टास्क आपण दोघांनी मिळून पूर्ण करायचा आहे. तुला जी हवी ती सगळी मदत मी करेन. फक्त तू सातत्य ठेव, कोणतीही दिरंगाई करू नकोस. जेव्हा तुमची बायको तुम्हाला साथ देण्याचं वचन देते, विश्वास ठेवा, तिथेच तुम्ही अर्धी लढाई जिंकलेली असते.

मृदुलने जे डाएट मला आखून दिलं होतं, त्याचं काटेकोर पालन मंजिरीशिवाय शक्यच झालं नसतं. माझ्या या लक्ष्यसिद्धीमध्ये मंजूने माझा हात अगदी घट्ट धरून ठेवला होता. मंजिरीच्या कष्टांशिवाय आणि तिच्या समर्पणाशिवाय हा प्रवास सोपा झालाच नसता. माझ्या डाएटच्या वेळा आणि चौकटी सांभाळत रोज न कंटाळता, न थकता काहीतरी नावीन्यपूर्ण पदार्थ बनवण्यासाठी तिने तिचं पाककलेतलं सगळं कौशल्य या दिवसांमध्ये पणाला लावलं. कित्येकदा माझा मुक्काम ठाण्याला असायचा. मी ठाण्यात असलो, तरीही मंजिरी सकाळी लवकर उठून मला जे जे हवं ते सगळं बनवायची, आणि 'वी फास्ट'ने ते कुरिअर करायची. कधी स्वत: ते सगळे डबे घेऊन ठाण्याला यायची. इतकंच नाही, तर जो पदार्थ ज्या वेळी खाणं अपेक्षित होतं, तो त्या वेळेत मी खातोय की नाही हेसुद्धा ती सतत तपासत राहायची आणि यात तिला सगळ्यात जास्त मदत केली ती प्रवीणने. मंजू प्रवीणच्या सतत संपर्कात असायची आणि माझ्या खाण्याबद्दल चौकशी करायची. प्रवीणही तिला सगळे अपडेट्स द्यायचा. तिचं हे समर्पण आठवलं की माझं मन कृतज्ञतेने भरून जातं. या संपूर्ण प्रक्रियेत मला केवळ महिन्याभरात वजन कमी करायचं नव्हतं, तर सिनेमाचं शूटिंग पूर्ण होईपर्यंत कमी केलेलं वजन स्थिरही ठेवायचं होतं. नाहीतर वजनात होणारे बदल सिनेमात दिसलेच असते. वजन कमी करण्यापेक्षा, कमी केलेलं वजन स्थिर ठेवणं हा सगळ्यात मोठा टास्क होता. सिनेमाचं शूट सुरू असतानाच माझा वाढदिवस आला. वाढदिवस म्हटलं की सेलिब्रेशन आलं, गोड खाणंही ओघाने आलंच. या वर्षीचा वाढदिवस मात्र या सगळ्याला अपवाद ठरणारा होता; कारण एकही

दिवस चीट डे नाही, अशी मृदुलची सूचना होती; पण माझा वाढदिवस असाच जाऊ देईल ती मंजिरी कसली. तिने कंबर कसली आणि ती कामाला लागली. माझ्या डाएटचा संपूर्ण विचार करून, तिने एक छानसा केक बनवला आणि रात्री बरोबर १२ वाजता ती ठाण्याला सेटवर आली. त्या दिवशी आमची नाइट शिफ्ट सुरू होती. मंजिरीचं रात्री बारा वाजता सेटवर माझ्यासाठी येणं आणि माझा वाढदिवस अशा पद्धतीने साजरा करणं हे त्या दिवशी मला मिळालेलं सगळ्यात मोठं गिफ्ट होतं. मी खूप खूश होतो. मी मंजिरीकडे पाहिलं. माझ्या डोळ्यांतला आनंद पाहून तिच्या डोळ्यांत समाधान होतं. तिच्या दिवसभराच्या कष्टांचं चिज झालं होतं. आजूबाजूला खूप माणसं होती. मी डोळ्यांनीच तिला थँक्यू म्हटलं आणि ते तिने नेहमीच्या हास्याने स्वीकारलं. प्रवीणने वजन कमी करण्याचं जे लक्ष्य माझ्यासमोर ठेवलं होतं, ते साध्य झालं. मृदुलने आखून दिलेल्या डाएटमुळे आणि मंजूने घेतलेल्या कष्टांमुळे.

माझ्या सोयीसाठी मंगेशने माझी राहण्याची व्यवस्था शरणम् हॉटेलमध्ये केली होती. मंजिरीला जेव्हा मी याची कल्पना दिली तेव्हा कोणतीही तक्रार न करता तिने ते स्वीकारलं. ''तुझी दमछाक होऊ नये, प्रवासात तुझा वेळ जाऊ नये यासाठी तू ठाण्यात राहणं गरजेचं आहे. कॅमेऱ्यासमोर तुझ्या चेहऱ्यावर या सगळ्याचा थकवा दिसता कामा नये.'' तिच्या या समजूतदारपणामुळे तिच्याबद्दलचा आदर आणखी वाढला.

तुमचं नातं कितीही जुनं असलं, तरी संवाद हा महत्त्वाचा असतो. संवाद हा कोणत्याही नात्याचा आत्मा असतो. 'धर्मवीर'च्या शूटिंग-दरम्यान आमच्यातला हाच संवाद खूप कमी झाला होता. दिवसभर दाढी आणि विगमुळे कानाला मोबाइल लावून बोलता यायचं नाही; कारण घाम आलेला असायचा. जरासा धक्का लागला तरी विग, दाढी निघायचे. स्पिकर ऑन करून बोलणं शक्य नसायचं; कारण आजूबाजूला युनिटची माणसं असायची. त्यांच्यासमोर बोलणं संयुक्तिक वाटायचं नाही. अनेकदा तिचा फोन यायचा, तेव्हा शूटिंग सुरू असायचं आणि शूटिंग संपल्यावर इतका थकवा आलेला असायचा की फोन करून बोलण्याचं त्राणही उरलेलं नसायचं; पण मंजूने कधी त्रागा केला नाही, तक्रार केली नाही. अगदीच काही महत्त्वाचा निरोप असेल तर ती माझा

मेकअपमन सलीमला फोन करून सांगायची. या सगळ्यात एक गोष्ट जाणवली की तुमचा प्रत्यक्ष संवाद होत नसला तरी नात्यात मनाचा संवाद खूप महत्त्वाचा असतो. आमचा प्रत्यक्ष संवाद जरी कमी झाला होता, तरीही मनाचा संवाद मात्र अविरत सुरू होता. त्यामुळे हे दिवस आम्हाला कठीण गेले नाहीत.

पंधरा-वीस दिवस घरच्यांची भेट झाली नाही की मीच कासावीस व्हायचो. कसं ते माहीत नाही; पण माझी ही अवस्था आणि अस्वस्थता मंजिरीला कळायची आणि मग तीच त्यानंतर मला भेटायला ठाण्याला यायची. मग आम्ही छान गप्पा मारायचो. इथे काय होतंय ते सगळं तिला सांगायचो. मी या कामात फार रमलोय, मला माझा आनंद मिळतोय, याचं समाधान तिच्या चेहऱ्यावर ओसंडून वाहत असायचं आणि माझा आनंद द्विगुणित व्हायचा. १७ फेब्रुवारीला तिने 'धर्मवीर'च्या सेटवरच माझ्या वाढदिवसाचं जंगी सेलिब्रेशन केलं होतं. आजवरच्या काही लक्षात राहणाऱ्या वाढदिवसांपैकी तो एक वाढदिवस जो केवळ मंजूमुळे अविस्मरणीय झाला.

'धर्मवीर'सारख्या सिनेमात मुख्य भूमिका साकारताना तुमचं मन स्थिर आणि शांत असणं अत्यंत गरजेचं असतं. मानसिकता दोलायमान झाली की त्याचा परिणाम तुमच्या सादरीकरणावर होणं स्वाभाविक होतं. या संपूर्ण काळात माझी मानसिकता विचलित होऊ नये यासाठी मंजिरीने जे जे शक्य ते सगळं केलं. मला खूप सांभाळून घेतलं. या सगळ्याबद्दल मी मंजूचे आभार मानणार नाही; कारण आभार परक्याचे मानतात. मंजू माझी हक्काची आहे; पण या निमित्ताने मी नक्कीच तिच्या ऋणात आहे आणि आयुष्यभर तिचा ऋणी राहणं मला आवडेल.

म्युझिक लाँच, ट्रेलर लाँच आणि प्रमोशन्स

तगडं कथानक, दर्जेदार अभिनय, उत्कृष्ट दिग्दर्शन, उत्तम संगीत, लक्षवेधी संवाद या एवढ्या पुण्याईवर आजकाल कोणताही सिनेमा यशस्वी होत नाही. सिनेमाला यश मिळवून द्यायचं असेल तर तो प्रभावीपणे आधी लोकांपर्यंत पोहोचवावा लागतो. माध्यमांमध्ये, समाजमाध्यमांवर सिनेमाची चर्चा होणं, सिनेमाचा माहौल तयार होणं गरजेचं असतं. त्याच्यासाठी सिनेमा तयार झाल्यानंतर ते प्रदर्शित होईपर्यंतचा काळ अत्यंत महत्त्वाचा असतो. या काळात जेवढ्या ताकदीने सिनेमा तुम्ही लोकांपर्यंत पोहोचवाल तेवढी जास्त गर्दी सिनेमागृहांमध्ये दिसते. आक्रमक पी. आर. ही सध्या काळाची आणि चित्रपटांची गरज आहे.

२९ एप्रिलला 'चंद्रमुखी' प्रदर्शित झाला. त्याच्या दोन-तीन

दिवस आधीपासून ‘धर्मवीर’चं प्रमोशन सुरू झालं होतं. ‘चंद्रमुखी’त व्यग्र असल्यामुळे मी ‘धर्मवीर’च्या प्रमोशनसाठी त्या दोन-तीन दिवसांत फार वेळ देऊ शकलो नाही. त्यामुळे ‘धर्मवीर’ची छोटी छोटी प्रमोशन्स सुरू झाली होती. २९ला जसा ‘चंद्रमुखी’ रिलीज झाला, त्यानंतर एक तारखेपासून ‘झी स्टुडिओज’ने ‘धर्मवीर’च्या प्रमोशनचा धडाकाच लावला. ‘धर्मवीर’सारख्या सिनेमासोबत ‘झी’ असणं ही खूप जमेची बाजू होती; कारण हा एक महत्त्वाचा चित्रपट होता, महत्त्वाच्या व्यक्तिमत्त्वावर आधारित होता. असं व्यक्तिमत्त्व, ज्याचं उत्तुंग कार्य लोकांसमोर येणं, माडणं हा मंगेशचा हेतू होता. त्यामुळे हा सिनेमा तळागाळात पोहोचणं गरजेचं होतं आणि महाराष्ट्राच्या कानाकोपऱ्यात सिनेमा कसा पोहोचवायचा हे ‘झी’ला माहिती आहे. मंगेश कुलकर्णी, अश्विन पाटील, सादिक चितळीकर आणि टीमने त्यांची जबाबदारी अगदी चोख बजावली.

खरंतर ‘कच्चा लिंबू’पासून काही कारणांमुळे झी आणि माझं एकमेकांना हुलकावणी देणं सुरू होतं. ‘कच्चा लिंबू’, ‘हिरकणी’ आणि ‘चंद्रमुखी’ हे तीनही सिनेमे मला झीसोबत करता आले नाहीत. त्यांना आणि मला एकमेकांसोबत काम करण्याची इच्छा होती, जी ‘धर्मवीर’च्या निमित्ताने पूर्ण झाली. झी स्टुडिओ आणि झी टॉकीज यांचा आवाका किती मोठा आहे याचा अंदाज मला या सिनेमाच्या निमित्ताने आला. संपूर्ण प्रमोशनचं त्यांनी प्रत्येक दिवसाचं व्यवस्थित नियोजन केलेलं होतं. कोणत्याही चुका नाहीत, दिरंगाई नाही, कलाकाराला कोणतीही अडचण येणार नाही याची संपूर्ण काळजी स्वत: मंगेश कुलकर्णी आणि अश्विन पाटील हे दोघं जण घेत होते. झीसारख्या मोठ्या ब्रॅन्डचे बिझनेस हेड आणि कन्टेन्ट हेड असूनही, एवढं मोठं पद सांभाळत असताना हे दोघं प्रमोशनसाठी माझ्यासोबत सगळीकडे फिरत होते.

आत्तापर्यंत दिघे साहेबांच्या लुकमधले माझे फोटो सोशल मीडियावर व्हायरल झाले होते; पण म्युझिक लाँचच्या दिवशी मी पहिल्यांदा दिघे साहेबांच्या वेशात माध्यमांसमोर आलो. काळोखातून माझी एन्ट्री होणार होती. मी मागे उभा होतो. प्रचंड धडधड होती. त्या अंधारातून माझी एन्ट्री झाली आणि टाळ्यांचा कडकडाट झाला.

आत्ताही हे लिहिताना तो टाळ्यांचा आवाज माझ्या कानात घुमतोय. अंधारातून मी एन्ट्री घेऊन प्रकाशझोतात आलो आणि स्टेजकडे जाताना त्या टाळ्यांच्या कडकडाटात मला 'आनंद, आनंद' अशी हाक ऐकू आली. मी वळून पाहिलं तर अरुणाताई बाजूला एका सोफ्यावर बसल्या होत्या आणि मला 'आनंद' या नावाने हाक मारत होत्या. अरुणाताई म्हणजे दिघे साहेबांची सख्खी बहीण. मला बघून त्यांनी 'आनंदा' अशी हाक मारणं, यापेक्षा आणखी मोठी पावती असूच शकत नाही. मी मनोमन प्रचंड सुखावलो होतो. माझ्या दिसण्याला, माझ्या प्रयत्नांना यश मिळाल्याची ती पहिली खूण होती. त्या क्षणी मी त्यांना टाळून पुढे जाणं शक्यच नव्हतं. मी त्यांच्याजवळ गेलो. त्यांनी माझ्या गालावरून अत्यंत मायेने हात फिरवला, आशीर्वाद दिला आणि त्यांच्या दाटलेल्या कंठातून एक वाक्य आलं, "तूच माझा आनंदा आहेस. तुझ्या रूपाने मला माझा आनंद परत भेटला. माझा आनंद परत आलाय." पुढचा कितीतरी वेळ त्यांचे हे शब्द माझ्या कानात घुमत होते. अरुणाताईंच्या पायाशी बसून पाच-सात मिनिटं बोलल्यानंतर मी रंगमंचावर गेलो. तिथे एक अनपेक्षित गोष्ट माझी वाट पाहत होती. मी मंचावर गेलो आणि मला काही कळायच्या आत शिंदे साहेब माझ्या पायाशी वाकले आणि त्यांनी मला नमस्कार केला. मी एका क्षणासाठी बावचळून गेलो; पण दुसऱ्या क्षणी स्वत:ला सावरलं आणि सांगितलं "प्रसाद, हा नमस्कार तुझ्यासाठी नाही तर दिघे साहेबांसाठी आणि दिघे साहेबांना आहे." आणि पुढच्या क्षणी ज्या प्रकारे दिघे साहेब शिंदे साहेबांच्या खांद्यावर हात टाकायचे तसा हात त्यांच्या खांद्यावर टाकला. त्या क्षणी एका उत्तम शिष्याचे भाव मला त्यांच्या डोळ्यांत दिसत होते. दिघे साहेबांबद्दलचा भक्तिभाव त्यांच्या डोळ्यांत दाटून आला होता.

त्यानंतर जवळजवळ साडेतीन तास पत्रकार मित्र-मैत्रिणींशी संवाद साधत होतो. मुलाखत देत होतो. त्या साडेतीन तासांत मला एक क्षणही कणभर थकवा जाणवला नाही. कार्यक्रमाच्या सुरुवातीला अरुणाताईंनी डोक्यावरून ज्या मायेने हात फिरवला होता, त्याची ती ताकद होती. अत्यंत सुखद क्षण मनात साठवत म्युझिक लाँच सोहळा संपला आणि वेगवेगळ्या पद्धतीने प्रमोशन्स सुरू झाली.

आशियातल्या सगळ्यात मोठ्या होर्डिंगवर 'धर्मवीर'चं पोस्टर झळकणं हा माझ्यासाठी अत्यंत अभिमानाचा क्षण होता. आजवर कोणत्याही मराठी सिनेमाच्या किंवा मराठी अभिनेत्याच्या वाट्याला हा क्षण आलेला नाही.

त्यानंतरचा अविस्मरणीय दिवस होता ट्रेलर लाँचचा. माननीय उद्धवसाहेब ठाकरे आणि सलमान खानच्या हस्ते ट्रेलर लाँच झाला. तो सोहळासुद्धा अत्यंत नेत्रदीपक होता. मोठ्या मोठ्या राजकीय नेत्यांची, हिंदीतल्या बड्या अभिनेत्यांची, मराठी सिनेसृष्टीतल्या मान्यवरांची मांदियाळी त्या सोहळ्याला होती. मला त्या गेटअपमध्ये पाहून सलमान खान थक्क झाला होता. त्याने मला विचारलं, "दोस्त, तू कितने दिन ये गेटअप कर रहा है? कितने दिन से शूटिंग शुरू है?" मी त्याला आमचे शूटिंगचे दिवस आणि तास सांगितले. तो अंचबित झाला होता. माझं उत्तर ऐकून तो म्हणाला, "भाई, अगर आप सबने इतनी मेहनत की है, तो फिर फिल्म ऑलरेडी हिट है।" सलमान खानने उच्चारलेले ते शब्द नंतर सत्यात उतरले.

दरम्यान, प्रमोशनसाठी आपला स्वतःचा वेगळा लुक असायला हवा ही गोष्ट मी अमृता खानविलकरकडे बघून शिकलो. 'चंद्रमुखी'च्या प्रमोशन दरम्यान एका अभिनेत्रीने आणि अभिनेत्याने एकहाती प्रमोशन सांभाळणं म्हणजे काय असतं, याचं उत्तम उदाहरण अमृताने समोर ठेवलं. 'चंद्रमुखी'च्या प्रमोशनला तिनं स्वतःची अशी साड्यांची थीम ठरवली होती. 'चंद्रमुखी' हा अमृताचा टायटल रोल होता आणि 'धर्मवीर' हा माझा टायटल रोल होता. त्यामुळे आपणही प्रमोशनसाठी आपला लुक सेट केला पाहिजे, असं मला वाटलं. कॉटनचे साधे पण उत्तम कुर्ते, ब्लॅक आणि ब्ल्यू जीन्सवर घालायचे आणि कपाळावर एक छोटा टिळा असा मी माझा लुक ठरवला. मी मंजूसमोर ही संकल्पना मांडली आणि तिने लगेच पुण्याच्या अश्विनी नावाच्या एका मुलीला फोन केला. अश्विनीची 'प्रतिबिंब' नावाची कपड्यांची कंपनी आहे. मंजिरीने त्यांच्यासोबत काम केलं होतं, तेव्हा तिने त्यांचं कुर्त्यांचं कलेक्शन पाहिलं होतं, जे तिला खूप आवडलं होतं. आम्ही दिलेल्या ऑफरने अश्विनीही खूप खूश झाली. एका क्षणात ती 'हो' म्हणाली आणि पुढचे पंधरा दिवस ती मला रोज दोन-चार कुर्ते पाठवायची.

माझा तो लुक आणि ते कुर्ते अनेकांना खूप आवडले.

प्रमोशन्सच्या निमित्ताने एक आठवण अशी आहे की तो प्रसंग, ते क्षण मी विसरूच शकत नाही. सिनेमा रिलीज झाल्यानंतर एकनाथ शिंदे साहेबांनी एक इच्छा व्यक्त केली. ती इच्छा होती बाइक रॅलीची. आम्ही लगेच १४ मे ही तारीख निश्चित केली आणि संध्याकाळी बाइक रॅलीचं आयोजन केलं. सिनेमाच्या निमित्ताने शिंदे साहेबांसोबत भेटीगाठी झाल्याच होत्या; पण बाइक रॅलीच्या वेळी झालेली भेट अविस्मरणीय होती. मी दिघे साहेबांच्या वेशात बाइक रॅलीसाठी पोहोचलो; पण या वेळी मी बाइक चालवली नाही. मी बाइकच्या मागच्या सीटवर बसलो होतो आणि त्या बाइकचं सारथ्य करत होते साक्षात् मा. एकनाथ शिंदे साहेब. वर्तमानातल्या त्या प्रसंगावर, त्या क्षणांवर माझा विश्वास बसत नव्हता आणि शिंदे साहेबांसाठी ती बाइक रॅली म्हणजे भूतकाळातल्या काही भावनिक आठवणींची ती रम्य सफर होती; कारण शिंदे साहेब दिघे साहेबांना अनेकदा अशाच प्रकारे बाइकवर मागे बसवून सिनेमा पाहण्यासाठी घेऊन जायचे.

'धर्मवीर'च्या प्रमोशनसाठी मी एकएका दिवसात २०-२० मुलाखती दिलेल्या आहेत. वेगवेगळ्या लोकांना, वृत्तवाहिन्यांना, वेब-पोर्टल्सना मुलाखती देणं सुरू होतं. प्रिंट मीडियाला मुलाखती देणं सुरू होतं. 'लोकसत्ता', 'महाराष्ट्र टाइम्स'च्या ऑफिसला आम्ही भेटी दिल्या. दरम्यानच्या काळात अनेक लोकांशी बोललो. दिघे साहेबांचा इतिहास गप्पांच्या ओघात सतत समोर येतच राहिला. दरवेळी नवे दिघे साहेब कळत गेले...आणि मी समृद्ध होत गेलो. सिनेमाचं प्रमोशन अगदी दणक्यात झालं आणि १३ मे चा दिवस उजाडला. सिनेमा रिलीज झाला

ठाण्याच्या विवियाना मॉलमध्ये मी फर्स्ट डे, फर्स्ट शो बघत होतो, सोबत मा. एकनाथ शिंदे होते. 'इदं न मम' म्हणत मी सिनेमा आणि भूमिका लोकांच्या हाती सुपूर्द केलेली होती. हे सगळे क्षण झरझर माझ्या डोळ्यांसमोरून जात होते आणि अचानक मी भानावर आलो ते टाळ्यांच्या कडकडाटाने. माझ्या बाजूला मंजू, मंगेश, श्रीकांत शिंदे साहेब आणि एकनाथ शिंदे साहेब जोरजोरात टाळ्या वाजवत होते. सिनेमा संपला होता. सगळेजण भारावून गेले होते आणि मी मात्र

आनंद...
प्रत्यक्षातला आणि
पडद्यावरचा...

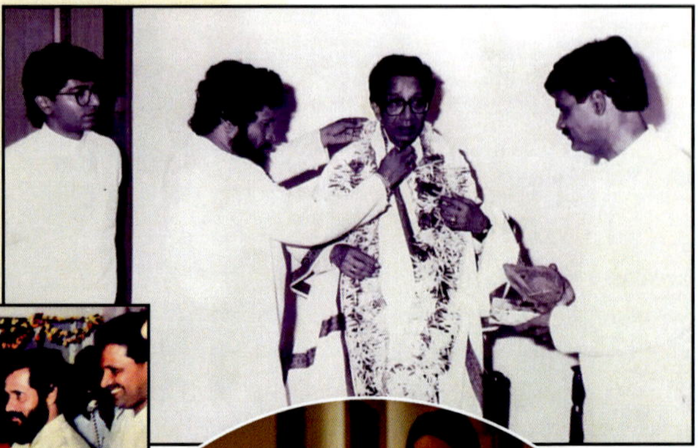

हिंदुहृदयसम्राट
बाळासाहेब ठाकरे
यांचा दृढ विश्वास
सार्थ ठरविणारं व्यक्तिमत्त्व

वास्तवातले दोस्त...
पडद्यावरचे दोस्त...

आनंद दिघेंच्या
जीवनातील थरार
रूपेरी पडद्यावर
तंतोतंत साकारताना...

शेकडो बहिणींचा भाऊ ते करारी राजकारणी...
आनंद दिघेंच्या स्वभावाचे विभिन्न पैलू
स्पष्ट करणाऱ्या भावमुद्रा

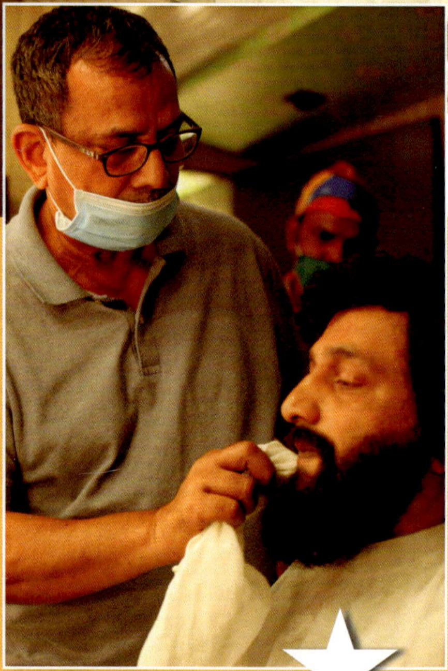

दिघे साहेबांचं प्रतिरूप
साकारतानाची मेहनत

दिग्दर्शक प्रवीण तरडे
आणि निर्माता मंगेश देसाई
यांच्या सोबतीनं
‘आनंद’ साकारताना...

राकट चेहऱ्यामागच्या
दिलदार स्वभावाची
पडद्यावरील झलक...

झुंजार...
लढवय्या...
अंतर्मुख...
कणखर...
आनंद दिघेंच्या
अनेक छटा...

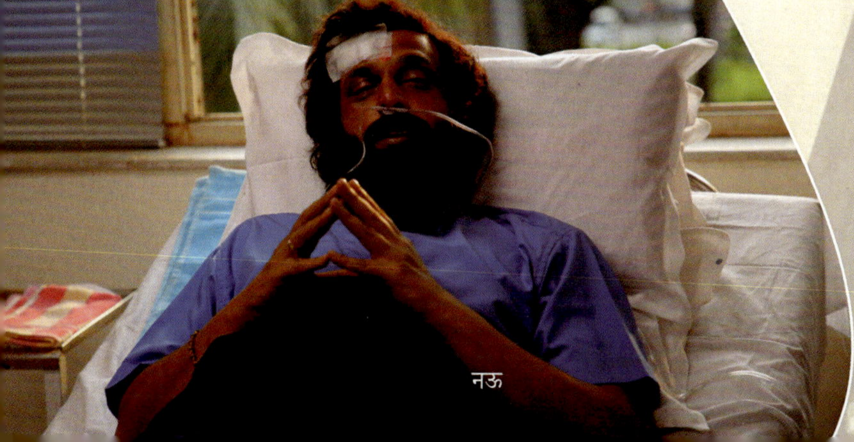

व्यक्तिमत्त्वाचा रूबाब
वाढविणारी आभूषणं...

सेटवरचे विरंगुळ्याचे क्षण...

मान्यवरांच्या उपस्थितीत चित्रपटाचे म्युझिक लाँच

माझा 'आनंद'...

भानावर आलो होतो. 'आनंद हरपला...' या गाण्याच्या शब्दांसोबत सिनेमा संपला होता आणि त्यानंतर कौतुकाने वाजणाऱ्या टाळ्यांच्या कडकडाटात मला 'माझा आनंद' गवसला होता.

ही तर फक्त सुरुवात आहे

'**धर्मवीर** सिनेमा' हे जसं माझं स्वप्न होतं, तसंच 'माझा आनंद' हे पुस्तकही माझं स्वप्न होतं; पण हे स्वप्न माझ्याही आधी दोन व्यक्तींनी पाहिलं होतं. पहिली अर्थातच माझी बायको मंजिरी...मंजू आणि दुसरा माझा अत्यंत जवळचा आणि लाडका मित्र अभिनेता समीर चौघुले. 'धर्मवीर'चा प्रवास मी शब्दबद्ध करावा यासाठी या दोघांनी माझ्यामागे अक्षरश: तगादा लावला. जर लोकांना सिनेमा आवडलाय, तर लोकांना हे पुस्तकही आवडेल असा या दोघांना ठाम विश्वास होता. त्यांच्या याच विश्वासाच्या जोरावर मी हे पुस्तक लिहिण्याचा घाट घातला. हे स्वप्न माझ्या मनात रुजवल्याबद्दल या दोघांचेही मन:पूर्वक आभार.

मी अभिनेता आहे, दिग्दर्शक आहे, गायक आहे, थोडा थोडा कवी आहे; पण मी लेखक अजिबात नाही. लिखाण हा माझा प्रांतच नाही. याआधी अनेकदा मी काही गोष्टी, प्रहसनं, नाटक, सिनेमा लिहिण्याचा प्रयत्न

केला; पण माझं लिखाण माझ्या पसंतीस उतरलं नाही. स्वत:चं जे काम स्वत:च्या पसंतीस उतरत नाही ते लोकांच्या गळी उतरवण्याचा अनाठायी अट्टहास करू नये, हा विचार करून मी पुन्हा लिखाणाकडे कधीच वळलो नाही. मी चांगलं लिहू शकत नाही याची खंत माझ्या मनात कायम असेल. या पुस्तकासाठीही मी स्वत:ला लेखक म्हणून मिरवू इच्छित नाही.

या सिनेमाच्या आठवणी, या सिनेमाबद्दलच्या माझ्या भावना मी माझ्या आवाजात रेकॉर्ड केल्या आणि त्याला उत्तम रूप दिलं, यथोचित शब्दांकन केलं ते प्रज्ञा पोवळे हिने. 'धर्मवीर'च्या निमित्ताने आमची एकदा ओळख झाली. सिनेमा पाहिल्यानंतर तिने एक पोस्ट लिहून मला पाठवली होती, जी मला फार आवडली. त्यानंतर 'धर्मवीर'च्याच एका हाउसफुल शोसाठी प्रज्ञा आली होती. प्रचंड गर्दी होती आणि त्या गर्दीत ती मला येऊन भेटली होती. "मला तुमच्याशी खूप बोलायचंय, या सिनेमाबद्दल, आनंद दिघेंबद्दल, तुमच्याबद्दल." पण, ते खूप बोलण्यासाठी तेव्हा वेळ नव्हता आणि नंतरच्या काही दिवसांत व्यस्त दिनक्रमामुळे मला तो वेळ देताही आला नाही; पण तेवढ्या काही वेळाच्या भेटीत या मुलीच्या डोळ्यांत काहीतरी वेगळं बोलण्याची इच्छा, काहीतरी वेगळं करण्याची ताकद अशा अनेक भावना दिसल्या.

पुस्तक लिहिण्याचा विचार जेव्हा सुरू होता, तेव्हा आम्ही शब्दांकनासाठी अनेक नावांचा विचार केला. असाच विचार सुरू असताना मला अचानक प्रज्ञाने पाठवलेली पोस्ट आठवली; पण केवळ एक पोस्ट वाचून ती जबाबदारी देणं त्या क्षणी योग्य वाटतं नव्हतं आणि म्हणून मग मी तिचं आणखी लिखाण वाचलं. आम्ही फेसबुकवर फ्रेंड्स नाही आहोत; पण मी तिचं अकाउंट शोधून काढलं, तिने लिहिलेले अनेक छोटे छोटे लेख वाचले. मला तिची लेखनशैली प्रचंड आवडली आणि अजिबात ओळख नसलेल्या या मुलीला मी फोन केला. माझी पुस्तकाची संकल्पना सांगितली, माझ्या अपेक्षा सांगितल्या आणि 'या पुस्तकाचं शब्दांकन करशील का?' असं तिला विचारलं. क्षणाचाही विलंब न करता तिने होकार दिला. आज हे पुस्तक ज्या शब्दांमध्ये तुम्हाला दिसतंय, त्या शब्दांकनाचं पूर्ण श्रेय प्रज्ञाचं आहे. माझ्या भावना तिने माझ्यापेक्षाही उत्तम पद्धतीने शब्दांमध्ये मांडलेल्या आहेत. हे पुस्तक वाचताना जर ते तुम्हाला रंजक वाटत असेल तर त्याचं १०० टक्के श्रेय हे प्रज्ञाचं आहे.

मी हे पुस्तक लिहितोय, हे जेव्हा माझे 'महाराष्ट्र टाइम्स'मधले मित्र प्रवीण मुळ्ये यांना कळलं तेव्हा त्यांनीही मला प्रचंड प्रोत्साहित केलं. शब्दांकनासाठी जेव्हा माझ्या डोक्यात प्रज्ञा पोवळे हे नाव आलं, त्या क्षणी मी प्रवीण मुळ्येला फोन करून तो विचार बोलून दाखवला. त्यानेही प्रज्ञाचं लिखाण वाचलेलं होतं. त्यामुळे ती छान लिहील असा विश्वास त्याने व्यक्त केला. त्याच्या या विश्वासामुळे माझ्या विचारांना बळ मिळालं आणि प्रज्ञाला फोन करायचा हे ठरवलं. हे पुस्तक जेव्हा प्रकाशित होईल तेव्हा आपण याची उत्तम प्रसिद्धी करू, हे आश्वासन प्रवीण मुळ्येने दिलं. पुस्तकाची संकल्पना मांडल्यावर म.टा.सारख्या वर्तमानपत्रात एवढ्या मोठ्या हुद्द्यावर असलेल्या माणसाने असं प्रोत्साहन देणं ही माझ्यासाठी त्या क्षणी खूप मोठी गोष्ट होती.

मी हे पुस्तक लिहितोय आणि त्याच्यासाठी प्रकाशक शोधतोय हे जेव्हा विश्वास पाटील यांना सांगितलं, तेव्हा त्यांनी मला थेट मेहता पब्लिशिंगचं नाव सुचवलं आणि मेहता करतील, असा विश्वासही व्यक्त केला. त्यावर मी त्यांना म्हटलं, "सर, मी कधीच काहीच लिहिलेलं नाही. पहिलं पुस्तक आहे. मेहता ही फार मोठी संस्था आहे. ते माझं पुस्तक का करतील?" त्यावर "तू गप, तू वेडा आहेस, मेहता पब्लिशिंगशी बोलण्याची जबाबदारी माझी. आता तू त्याचा विचार करू नकोस." असं त्यांनी हक्काने मला दटावलं आणि मेहतांशी पहिली बोलणी विश्वास पाटील यांनीच केली. त्याबद्दल मी त्यांचा आभारी आहे. एखाद्या नवोदित लेखकाच्या नवीन लिखाणासाठी त्याला आत्मविश्वास देणं किती गरजेचं आहे, हे एखादा लेखकच समजू शकतो.

विश्वास पाटील यांच्या एका फोनवर मेहता पब्लिशिंगच्या अखिल मेहताजींनी सहमती दर्शवली आणि पुस्तक प्रकाशित करायला ते तयार झाले, हा निश्चितच त्यांच्या मनाचा मोठेपणा आहे. आमच्या पहिल्याच संभाषणात त्यांनी 'धर्मवीर' आणि 'चंद्रमुखी' आवडल्याचं मला सांगितलं. लेखक म्हणून माझं करिअर शून्य असताना या पुस्तकाचं प्रकाशन करायला त्यांना आवडेल, असं त्यांनी मला सांगितलं. त्यांचे आभार मानायला मला शब्द अपुरे पडतायत. माझ्या मनातल्या भावनांना आणि माझ्या प्रामाणिक प्रयत्नांना दिघे साहेब दरवेळी आशीर्वाद देतायत याची जाणीव मला त्या क्षणी फार प्रकर्षाने झाली.

या चित्रपटाची निर्मिती मंगेश देसाईने केली, त्याचे लाइन प्रोड्युसर सचिन नारकर आणि विकास पोवा, कथा, पटकथा, संवाद आणि दिग्दर्शन या चारही आघाड्या समर्थपणे सांभाळणारा माझा मित्र प्रवीण तरडे, ठाण्याचे माझे मित्र सचिन जोशी, ज्यांच्या पाठिंब्याशिवाय हा सिनेमा उभाच राहू शकला नसता असे खासदार मा. श्री. श्रीकांत शिंदे साहेब आणि महाराष्ट्राचे मुख्यमंत्री मा. श्री. एकनाथ शिंदे साहेब यांचे आभार मानायला शब्दही तोकडे पडतील. या पुस्तकासाठी माझ्या ज्या ज्या मित्रांनी आणि मान्यवरांनी प्रतिक्रिया दिल्या, त्या सगळ्यांचेही मनापासून आभार.

'चंद्रमुखी' सुरू झाला आणि त्याच्या पंधराव्या दिवशी 'धर्मवीर'चा प्रवास सुरू झाला. तो प्रवास तुमच्यासमोर मांडण्यासाठी 'माझा आनंद' या पुस्तकाचा प्रवास सुरू झाला. या सगळ्या प्रवासात, प्रत्येक टप्प्यावर माझ्यासोबत जी अविरतपणे प्रवास करतेय त्या माझ्या पत्नीचे, मंजूचेही मन:पूर्वक आभार.

आणि अर्थात् हा चित्रपट करण्यामागची प्रेरणा, ज्यांच्यामुळे हा चित्रपट साकार झाला, ज्यांची भूमिका साकारताना माझ्यातल्या अभिनेत्याला न्याय मिळाला, या पुस्तकाला ज्यांच्यामुळे मूर्त रूप मिळालं त्या मा. धर्मवीर आनंद दिघे साहेबांचेही मन:पूर्वक आभार. इथून पुढच्या प्रत्येक कलाकृतीसाठी त्यांचा आशीर्वादाचा हात माझ्या डोक्यावर राहू दे, एवढीच अपेक्षा आहे.

पुस्तकाच्या सुरुवातीलाच जसं मी म्हणालो की या पुस्तकाच्या माध्यमातून मला कोणताही बडेजाव करायचा नाही, स्वत:चा मोठेपणा दाखवायचा नाही; पण जो सिनेमा तुम्ही तीन तास पडद्यावर पाहता, त्याचा प्रवास सोपा नसतो. तो प्रवास तुमच्यासमोर मांडावा आणि टीमच्या प्रत्येक घटकाचे कष्ट सगळ्यांसमोर यावेत एवढीच निरपेक्ष भावना या पुस्तकाच्या मागे आहे.

हा सिनेमा, हे पुस्तक हा माझ्या यशाचा उच्चांक निश्चितच नाही, ही तर फक्त सुरुवात आहे. तुम्ही सगळ्यांनी जे भरभरून प्रेम दिलंय, जो आत्मश्विवास दिलाय, जबाबदारीची जी जाणीव करून दिली आहे, त्याची शिदोरी सोबत घेऊन मी आता पुढची वाटचाल करणार आहे. पुढचं प्रत्येक पाऊल जबाबदारीनेच उचलेन, असं तुम्हाला आश्वस्त करतो. लोभ आहेच, तो वृद्धिंगत व्हावा, इतकीच प्रार्थना तुम्हा सगळ्यांना करतो आणि आत्ता इथेच थांबतो. नव्या चित्रपटात, नव्या भूमिकेत आणि कदाचित नव्या पुस्तकात पुन्हा भेट होईलच. तोपर्यंत जय हिंद, जय महाराष्ट्र!

प्रतिक्रिया

महेश मांजरेकर

'धर्मवीर' हा आनंद दिघे यांच्या जीवनावरील चित्रपट बनतोय म्हटल्यावर माझी पाहायची इच्छा झाली. माझे वडील शिवसैनिक होते. त्यामुळे पहिल्यापासूनच आम्हाला बाळासाहेबांबद्दल, शिवसेनेबद्दल प्रचंड आदर होता. दिघे साहेबांची कार्यपद्धती मी पाहिली होती. त्यामुळे त्यांच्यावर चित्रपट येतोय म्हटल्यावर मला तो बघायचा होता. दिघे साहेबांना मी भेटलो, तेव्हा माझं वय जास्त नव्हतं. ठाण्यातच आमची भेट झाली होती. प्रवीणने फारच छान केलाय चित्रपट; पण प्रसाद ओकने मला अचंबित केलं. मी खूप चरित्रपट पाहिले आहेत; पण प्रसादसारखा अभिनय पाहिला नाही. तो पात्राशी पूर्णपणे समरस झाला होता. संपूर्ण चित्रपटात मला कुठेच प्रसाद ओक दिसला नाही,

दिसले ते फक्त आनंद दिघे होते. प्रसाद ती भूमिका जगला. चित्रपट बघून बाहेर आल्यावर मला प्रश्न पडला की हा या भूमिकेतून बाहेर कसा आला असेल. इतका तो त्या पात्राशी एकरूप झाला होता. छोट्या छोट्या गोष्टी त्याने आत्मसात केलेल्या. प्रसादची मी अनेक कामं पाहिली आहेत; पण हे काम पाहिल्यावर असं वाटलं की हा कुठेच प्रसाद ओक नाही. आज खंत एकाच गोष्टीची वाटते की आज आनंद दिघे नाहीत. ते असते तर कदाचित म्हणाले असते की माझ्यापेक्षाही तू ही भूमिका चांगली केली आहेस. आज जे या चित्रपटाचं यश आहे त्यातलं बरंचसं श्रेय मी प्रसादला देईन. प्रवीणचं तर यश आहेच; कारण त्याने चित्रपट दिग्दर्शित केलाय; पण प्रसादने तो वेगळ्या उंचीला, एका वेगळ्या पातळीला नेला. पहिल्यांदा जेव्हा मी या भूमिकेसाठी प्रसाद ओकचं नाव ऐकलं तेव्हा माझी प्रतिक्रिया नकारात्मक होती. प्रसाद त्या पात्राला शोभणार नाही, असं मला वाटलेलं; कारण प्रसाद दिसायला किंवा व्यक्तिमत्त्व म्हणून खूप सुंदर आहे; पण प्रसादने ते केलं आणि फार उत्तम रीतीने केलं.

सचिन पिळगांवकर

प्रसाद हा एक उत्तम दर्जाचा अभिनेता आहे. तो पदार्पणापासूनच हे सिद्ध करत आलेला आहे. त्याने आजवर अनेक भूमिका साकारल्या. छोट्या, मोठ्या, सकारात्मक, नकारात्मक, कोणत्याही भूमिकेला त्याने कमी लेखलं नाही. प्रत्येक भूमिका अभ्यास करून, मेहनत घेऊन साकारली. थोड्या उशिराने का होईना पण त्याच्या आयुष्यात 'धर्मवीर' सारखा मेन रोल, टायटल रोल असलेला चित्रपट आला, असं म्हणता येईल; पण मी असं म्हणतो की हा चित्रपट म्हणजे परमेश्वराने दिलेला 'प्रसाद' आहे. प्रसादने या भूमिकेबद्दल घेतलेली मेहनत, त्याचा अभ्यास प्रत्येक शॉटमध्ये दिसून येतो. आताच्या आणि येणाऱ्या तरुण पिढीला हे शिकायला हवं. नुसतं एवढंच नाही तर प्रसादचं भाषेवर असलेलं प्रभुत्वही महत्त्वाचं आहे. ज्या भाषेत आपण काम करतो त्या भाषेवर असलेलं प्रभुत्व आभिनय करताना नेहमीच मोलाचं ठरतं. हा चित्रपट बनवताना सर्वांनी घेतलेले कष्ट, मेहनत कौतुकास्पद आहे. प्रसादला या अभिनयाकरता खूप ॲवॉर्ड्स मिळतील कदाचित किंवा काही नाही

मिळणार; पण असं जरी असलं तरी हा अभिनय करून प्रसाद ओक या माणसाने त्याच्यातल्या अभिनेत्याला दिलेलं ते एक पारितोषिकच आहे. पारितोषिक देणाराही तोच आणि घेणाराही तोच. अनेक शुभेच्छा! अनेक शुभाशीर्वाद!

विजू माने

एक दिवस मला एकनाथजी शिंदे साहेबांचा फोन आला. मला म्हणाले, "विजू, प्रवीण तरडे, दिघे साहेबांवर सिनेमा करतोय. त्याला सांगितलंय की विजू तुला हवी ती मदत करेल. तर त्याला हवी ती मदत कर. शिंदे साहेबांनी सांगितल्यावर मी नाही म्हणायचा प्रश्नच नव्हता. शिवाय प्रवीण माझा महाविद्यालयीन काळापासूनचा मित्र असल्याने त्याला मदत करायचीच होती. या सगळ्यात मला आनंदाची गोष्ट अशी होती की सिनेमात प्रमुख भूमिकेसाठी अर्थात दिघे साहेबांच्या भूमिकेसाठी ज्या अभिनेत्याच्या नावाचा विचार चालला होता, तो माझा मित्र प्रसाद ओक होता. प्रसादसारखा एक उमदा नट आजपर्यंत त्याच्या प्रतिभेला साजेशा अशा भूमिकेवाचून वंचित होता.

'धर्मवीर'ची लुक टेस्ट सुरू होती तेव्हा प्रवीण तरडे एकदा मला म्हणाला होता की, विजू, दिघे साहेबांचा रोल करशील का? आधी मला वाटलं तो मस्करी करतोय. दुसऱ्यांदा परत त्याने सांगितलं की विजू, तूला ऑडिशन द्यायची आहे. तेव्हा मी त्याला सांगितलं, की ही भूमिका समजून घेऊन इतक्या ताकदीचा अभिनय मला जमणं शक्य नाही आणि जर प्रसादचं नाव चर्चेत असेल तर दुसरा विचार करू नयेस.

त्याच दरम्यान माझ्या एका वेगळ्या चित्रपटाचं काम सुरू होतं. मी त्या गडबडीत होतो. एक दिवस मी सेटवर गेलो होतो, तेव्हा रक्षाबंधनाचा सीन शूट करत होते. प्रसाद तयार होऊन बसला होता. मी त्याच्याकडे पाहत होतो. प्रसाद शांतपणे डोळे मिटून काहीतरी आठवायचा प्रयत्न करत होता. प्रत्येक टेकच्या आधी प्रसाद डोळे मिटून घ्यायचा आणि नंतर टेक द्यायचा. मी स्वत: दिघे साहेबांना पाहिलेलं आहे. तो दिसायचा दिघे साहेबांसारखा, बघायचा साहेबांसारखा आणि जगायचासुद्धा दिघे साहेबांसारखाच. त्यादरम्यान प्रसादने भूमिके- व्यतिरिक्त वैयक्तिक आयुष्यात इतर जगणंही बदललं होतं.

त्या टेकनंतर मला प्रसाद भेटला, तेव्हा मी त्याला विचारलं की, प्रसाद, तू दिघे साहेबांच्या आजवर ज्या क्लिप्स पाहिल्या आहेस त्या डोळे मिटून आठवायचास ना? तो 'हो' म्हणाला आणि त्याने मला मिठी मारली. त्या वेळी कळलं की प्रसाद किती गोष्टींचा अभ्यास करत होता. छोट्या छोट्या गोष्टींसाठीसुद्धा प्रसाद किती मेहनत करत होता.

मला प्रसादच्या अभिनयातील कायमच आवडती गोष्ट म्हणजे त्याचं डोळ्यातून व्यक्त होणं. प्रसाद डोळ्यांनी जे व्यक्त होतो त्यात आज मराठी चित्रपटसृष्टीत कोणीच त्याचा हात धरू शकत नाही, असं माझं मत आहे. त्याची देहबोली, त्याचं चालणं, त्याचं वागणं, त्याच्या बोटांच्या हालचालींपासून ओठांच्या हालचालीपर्यंत हे सगळं आम्हाला दिघे साहेबांचा पुन:प्रत्यय देणारं होतं. मी फार धारिष्ट्य करून हे वाक्य म्हणतोय; पण मराठी सिनेमाच्या इतिहासात पडदा व्यापून टाकणारा अभिनय मी पहिल्यांदा पाहिला. जेव्हा जेव्हा प्रसाद पडद्यावर असायचा तेव्हा तेव्हा माझं आजूबाजूच्या कोणाकडेही लक्ष नव्हतं. इतका प्रसाद पडदा व्यापून टाकायचा. प्रसादच्या सकस अभिनयाचा हा जोरकस पुरावा म्हणू शकतो. 'धर्मवीर'ने प्रसादला ते दिलं, जे नेहमी मला प्रसादबद्दल वाटायचं की, प्रसाद हा मराठी चित्रपटसृष्टीतील सर्वोत्तम अभिनेता आहे. त्याची तुलना आपण त्याला मिळणाऱ्या ॲवॉर्ड्सनी न करता 'धर्मवीर'सारख्या सन्मानपूर्वक मिळणाऱ्या भूमिकांनी केली पाहिजे. त्याला याहून अधिक आव्हानात्मक भूमिका मिळायला हव्या. म्हणजे ही आव्हानात्मक नव्हती असं नाही; पण याहून अधिक आव्हानात्मक भूमिका मिळायला हव्यात. माझ्यासहित चित्रपट सृष्टीतील सर्व दिग्दर्शकांनी याचा विचार करायला हवा, असं मला वाटतं. बाकी प्रसाद, धर्मवीर पडद्यावर जिवंत केल्याबद्दल मन:पूर्वक आभार!!

राजेश म्हापुसकर

मला आनंद दिघेंबद्दल फार काहीच माहीत नव्हतं. फार पूर्वी कधीतरी नाव ऐकलं होतं; पण त्याव्यतिरिक्त काही नाही. त्यानंतर जेव्हा मी आणि प्रसाद एकदा ठाण्यातील रेस्टॉरंटमध्ये भेटलो होतो, तेव्हा त्याने मला त्याचे आनंद दिघेंच्या गेटअपमधले फोटो दाखवले. तसा तो गेटअप मला खूप भावला होता. मी त्याला विचारलंही की हे

कोण आहेत? कुणाची भूमिका करतोयस? तेव्हा त्याने मला सांगितलं, की आनंद दिघेंची भूमिका करतोय. मग त्याने सांगितलं, की ते कोण होते, त्यांचं कार्य काय होतं, त्यांना 'धर्मवीर' म्हणायचे. मग मला आठवलं की हे नाव आपण यापूर्वी ऐकलं आहे.

नंतर मी सिनेमा पाहिला. मला तेव्हा उत्सुकता होती की प्रसाद आणि प्रवीण तरडे या चित्रपटात नेमके काय करतायंत. प्रसादचा चाहता असल्याने तो काहीतरी वेगळं करणार याची खात्री होती; पण एक चित्रपट दिग्दर्शक असल्याने सिनेमा बघताना प्रथम त्याच नजरेतून पाहिला जातो की दिग्दर्शन कसं आहे, सिनेमॅटोग्राफी कशी आहे, संवाद कसे आहेत.

आम्हा सगळ्या फिल्ममेकर्सना हा शाप आहे की आम्ही जेव्हा गोष्टी बघतो तेव्हा आमच्यातला दिग्दर्शक कायम जागा असतो आणि जेवढं त्याला दाबाल तेवढा तो वर येतो. मी फिल्म पाहायला सुरुवात केली. प्रसादची एन्ट्री झाली आणि आनंद दिघे यांची जीवनगाथा सुरू झाली; पण जशी प्रसादची एन्ट्री झाली तसं मी इतर सगळ्या गोष्टी विसरून गेलो. प्रसादच्या कॅरेक्टरने मी भारावून गेलो. ती माझी पहिली प्रतिक्रिया होती की, वाह...: प्रसाद काय काम करतोय.

प्रसाद जेव्हा पडद्यावर येतो तेव्हा तो सगळं विसरायला लावतो. त्याच्या बोलण्याने, त्याच्या नजरेने, त्याच्या वावरण्याने. तो हे मुद्दाम करतो असं माझं म्हणणं नाही; पण त्याच्या अभिनयाने ते घडतं. तसंच आनंद दिघेंच्या भूमिकेनेही मी भारावून गेलो. प्रसादचा अभिनय मनाला भिडणारा होता. मी चित्रपट विसरून गेलो. प्रसाद ओक विसरलो. दिग्दर्शन विसरलो. माझ्यासमोर एक जीवनगाथा होती. ती मी पाहत राहिलो. त्यात समरस झालो.

अमृता खानविलकर

मी कलाकार म्हणून स्वत:ला प्रचंड भाग्यवान समजते की मला प्रसादसारख्या दिग्दर्शकासोबत काम करायची संधी मिळाली. एक अभिनेत्री म्हणून प्रसादसारख्या अभिनेत्याला बघायची... त्याची कला अनुभवायची, त्याच्यासोबत काम करायची आणि अर्थातच शिकायची संधी मिळाली म्हणून मी नशीबवान आहे.

गेली अनेक वर्षं प्रसाद वेगवेगळ्या भूमिका करतोय. एक अभिनेता म्हणून त्याची काय ताकद आहे हे त्याने वारंवार सिद्ध केलंय. आजही करतोय; पण आजपर्यंत त्याच्या अभिनयाला संपूर्णपणे न्याय देणारी भूमिका त्याच्या वाट्याला आली नव्हती.

मग आला 'धर्मवीर' आणि खऱ्या अर्थाने प्रसादमधील कलाकाराला न्याय मिळाला असं मला वाटतं. या भूमिकेसाठी प्रसादने अतोनात कष्ट घेतले. आनंद दिघे यांच्या पात्रात प्रसाद हा नखशिखांत बुडाला आणि ते पडद्यावर जाणवलंही. प्रसादने जे काम केलं ते फक्त ह्या चित्रपटापुरतं नव्हतं. त्याने आजवर जी तपस्या केली त्याचं 'धर्मवीर' हे फलित आहे.

पण, यात विशेष उल्लेख करायची बाब म्हणजे 'धर्मवीर'चं शिवधनुष्य पेलत असताना त्याने कुठेही 'चंद्रमुखी'वर अन्याय होऊ दिला नाही. ज्या प्रकारे तो एक अभिनेता म्हणून आपली भूमिका बजावत होता अगदी त्याच निष्ठेने तो दिग्दर्शक म्हणून आपली जबाबदारीही पार पाडत होता. आज हे दोन्ही चित्रपट सुपरहिट ठरलेत.

मी कधीच दिघे साहेबांना पाहिलं नाही, भेटले नाही; पण प्रसादला दिघे साहेबांच्या भूमिकेत बघून असं वाटतं की साहेब असेच होते. त्याने माझ्यासारख्या अनेकांसमोर दिघे साहेब जिवंत केले. प्रसाद- सारख्याच कलाकाराकडून साहेबांची पुण्याई लोकांपर्यंत पोहोचवायची होती. प्रसाद... तुला... तुझ्या कलेला... मानाचा मुजरा!

वसंत वसंत लिमये

मी पूर्वाश्रमीचा तसा ठाण्याचा. मी १९८९ साली ठाण्याहून पुण्याला स्थलांतरित झालो. त्या आधीच्या काळात दिघे साहेबांशी दोन-चार वेळेस गाठ पडली होती. फेब्रुवारी महिन्यात माझा मित्र प्रवीण तरडे याच्या आग्रहामुळे मी ठाण्याला 'धर्मवीर'चं शूटिंग पाहायला गेलो! शूटिंगच्या गर्दीत मी शांतपणे एकीकडे बसून होतो. शॉटची तयारी झाली आणि कलाकार रिहर्सलसाठी आले आणि मला पाहिला धक्का बसला. मी अचानक खऱ्याखुऱ्या दिघे साहेबांना पाहत होतो. शॉट सुरू झाला आणि दुसरा धक्का, विद्याधर भट्टे यांच्या मेकअपची कमाल होतीच; पण प्रसाद ओक याच्या अफलातून बेअरिंगमुळे प्रत्यक्ष 'दाढीवाले' साहेब माझ्यासमोर अवतरले होते. मी स्वतःलाच एक चिमटा घेतला!

आनंद दिघे हे एका अर्थानं ठाण्यातील रॉबिनहूड होते. ठाणे शहर सोडून ठाणे जिल्ह्यातील शिवसेनेचा प्रसार, अडल्यानडल्यांचा देव आणि समांतर व्यवस्था उभारणारं एक ताकदवान व्यक्तिमत्त्व. त्यांच्या कार्यपद्धतीबद्दल कुणाचे आक्षेप असतीलही; पण ते अफाट लोकप्रिय आणि लोकांचे नेते होते यात शंकाच नाही. दिघे साहेब म्हणजे टेरर, यापलीकडे जाऊन सिनेमा आपल्याला त्यांच्या जीवनप्रवासाची ओळख करून देतो. त्यांची धर्मावरील श्रद्धा, देवीवरील भक्ती, सुखलोलुपतेपासून दूर राहण्याचा कटाक्ष आणि साधी राहणी हे जाणवतं. वेळप्रसंगी हिंसेचा आधार घेणारी त्यांची जरब डोळे आणि देहबोलीतून प्रसादनं उत्तम साकारली आहे. ठाण्यात समांतर व्यवस्था उभारणारा, कदाचित बाळासाहेबांचा खराखुरा राजकीय वारसदार होऊ शकला असता अशा माणसाचे अनेक पैलू प्रसादनं परिणामकारकारीत्या दाखवले आहेत.

माझ्या काही मित्रांच्या ओळखीनं एकदा निवांतपणे आनंद साहेबांना भेटण्याचा योग आला होता. डोळे काहीसे मिटलेले; पण शांतपणे डाव्या हातानं दाढी कुरवाळत एकाग्र चित्तानं समोरच्याचं बोलणं ऐकणे, मग ते बोलायला लागले की उत्साह किंवा आवेशाच्या भरात त्यांची काहीशी अडखळणारी वाणी अशा छोट्या गोष्टीदेखील प्रसादनं त्याच्या अभिनयातून खुलविल्या आहेत. रागावलेले दिघे साहेब, शोकविव्हल झालेल्या एकनाथ शिंदे यांना वडीलकीच्या नात्याने आधार देणारे दिघे साहेब लाजवाब साकारले आहेत. या भूमिकेसाठी त्यांनी घेतलेले कष्ट, एका तडफदार राजकीय नेत्याची भूमिका आत्मसात करणं, जणू परकाया प्रवेश करणं हे प्रसादनी लीलया साधलं आहे.

एरवीचा ऐटबाज हिरो दिसणारा प्रसाद आपण विसरून जातो, हेच खरं प्रसादमधील अभिनेत्याचं उत्तम यश आहे! प्रसादच्या आनंद दिघे साहेबांना लोकांनी डोक्यावर घेतलं आहे आणि प्रसादकडून अपेक्षाही उंचावल्या आहेत. प्रसाद, मन:पूर्वक अभिनंदन! 'माझा आनंद' या पुस्तकासाठी आणि अशाच आव्हानात्मक भूमिकांसाठी उदंड शुभेच्छा!

संदीप खरे

प्रसाद ओक या माझ्या मित्राचं 'माझा आनंद' हे पुस्तक प्रकाशित होत आहे. दोन कारणांसाठी हे पुस्तक मला विशेष महत्त्वाचं वाटतं.

अभिनेत्याने भूमिका स्वीकारण्यापासून ती साकारण्यापर्यंतचा प्रवास मराठीमध्ये पुस्तकरूपाने फार कमी प्रमाणात आढळतो! प्रसाद ओक या समर्थ अभिनेत्याने धर्मवीर आनंद दिघे पडद्यावर साकारण्यासाठी काय विचार केला, काय मेहनत घेतली याचा फार सुंदर वेध या पुस्तकामध्ये घेतला आहे! अभिनयाच्या वाटेवरती प्रवास करू बघणाऱ्या साऱ्यांसाठी हे पुस्तक म्हणजे एक पाथेयच आहे!!

आणि दुसरी अत्यंत महत्त्वाची गोष्ट म्हणजे अभिनय क्षेत्रातील झगमगाट, कीर्ती, मानसन्मान, पुरस्कार, अर्थार्जन यावर लुब्ध होणाऱ्या व्यक्तींसाठी हे पुस्तक या साऱ्याची दुसरी बाजूही दाखवून देते!! अभिनेत्याच्या ग्लॅमरमागे किती विचार, किती कष्ट, मेहनत असते... किंबहुना, अभिनय ही जन्मभराची साधनाच असते, हे पुस्तक वाचताना प्रकर्षाने जाणवतं!! झगमगाटावर भुलून या क्षेत्राकडे वळणाऱ्या तरुणांना वास्तवाचं परखड दर्शन हे पुस्तक घडवेल!! या दृष्टीनेही या पुस्तकाचं मोल फार आहे!!

एक दिग्दर्शक व अभिनेता म्हणून प्रसादच्या नाटकांचं, मालिकांचं व चित्रपटांचं रसिकांनी जसं भरभरून स्वागत केलं, तसंच प्रेम प्रसादच्या या पुस्तक पदार्पणालाही मिळेल, असा विश्वास वाटतो!! अनेक अनेक शुभेच्छा!!

सुमीत राघवन

'धर्मवीर' बघितला. आपण एखाद्या कलाकृतीबद्दल मनात काही आडाखे बांधलेले असतात. मला दिघे साहेबांबद्दल फार माहिती नव्हती; पण एक राजकीय चरित्रपट म्हटल्यावर मी अंदाज बांधला होता की हा चित्रपट कसा असणारे, काय धाटणीचा असणारे; पण मला सर्वांत जास्त दोन गोष्टींची उत्सुकता होती. एक तर निर्माता, कारण मंगेश देसाई हा माझा मित्र आहे. जुना मित्र आहे. त्यामुळे हा चित्रपट कुठल्या पातळीला केला गेला असेल याची उत्सुकता होती आणि त्याहून महत्त्वाची गोष्ट म्हणजे मुख्य भूमिकेत होता माझा जवळचा मित्र प्रसाद ओक. प्रसादची कारकीर्द मी घडताना बघितली आहे. 'रणांगण'पासून मी प्रसादला बघतोय. आणि आता तर त्याच्यातला दिग्दर्शकसुद्धा असा खुलायला लागलेला आहे. 'कच्चा लिंबू',' हिरकणी', 'चंद्रमुखी' म्हणजे

चंद्राच्या जशा फेजेस असतात तशा प्रसादच्या दिग्दर्शनाच्या फेजेस झाल्या आहेत आणि आता हळूहळू पौर्णिमेकडे प्रसाद यायला लागलेला आहे; पण मला नेहमीच त्याच्यातला अभिनेता हा अंडररेटेड राहिल्याचं वाटलं आहे. याहून खूप जास्त त्याला मिळायला हवं, त्याच्या वाट्याला यायला हवं. मी 'धर्मवीर'चं पोस्टर पाहिलं, प्रसादचा तो लुक पाहिला आणि मी म्हटलं "बॉस, हा चित्रपट कसा असणारे मला माहीत नाही. चांगला असणारे की काय मला माहीत नाही; पण या निमित्ताने प्रसादला योग्य भूमिका मिळाली आहे."

इतकी वर्षं काम केल्यानंतर आपण थांबलेलो असतो. एक चांगला नट वाट बघत असतो. म्हणजे आपण काम करत असतो; कारण ते गरजेचं असतं. पैसा कमावण्यासाठी आपण काम करत असतो; पण एक भूक कायम असते. सतत आतून काहीतरी जाणीव करून दिली जात असते की ती एक संधी, तो एक रोल, ती एक भूमिका कधी येणार, कधी येणार, कधी येणार? 'धर्मवीर' हा तसा प्रसादसाठी आला. पोस्टर बघून मी प्रसादला म्हणालो की, "प्रसाद, तू यात बॅटिंग करणारेस." आणि तसंच झालं. त्याच्या पहिल्या शॉटपासून, सुरुवातीला त्याच्या पायांचा शॉट दाखवला आहे. ती बेलबॉटम, तो काळ आणि नंतर प्रसादचा तो लुक. हे सगळंच भन्नाट होतं.

प्रत्येक कलाकारामध्ये एक वेगळी भूक असते आणि ती फार महत्त्वाची असते. म्हणजे तुम्ही भरपूर काम करत असता. आजवरच्या आयुष्यात प्रसादने पण खूप काम केलंय, खूप जीव ओतून केलंय. ज्या पद्धतीने प्रसादने स्वतःला विकसित केलंय, दिग्दर्शक म्हणूनही त्याने त्याची कारकीर्द सुरू केली आहे. हा प्रवास खडतर आहे; पण तरीही त्याने त्याची नटाची भूक, ती आग, ती त्याने शमू दिली नाहीये. ती कायम धगधगत ठेवली आहे. यासाठी तुला सलाम मित्रा! यह तो बस शुरुवात है! या 'आनंद'च्या निमित्ताने तुझ्या आयुष्यातला आनंद द्विगुणित व्हावा याच शुभेच्छा!

अभिजित पानसे

प्रसाद गेली अनेक वर्षं अभिनय क्षेत्रात उत्तम काम करतोय. एक गोष्ट, जी या क्षेत्रातल्या लोकांमध्ये फारच अभावाने जाणवते, ती

म्हणजे कन्सिस्टन्सी. हे क्षेत्र असं आहे की तुम्हाला प्रत्येक वेळी स्वत:ला सिद्ध करावं लागतं. इतर क्षेत्रांत साधारणपणे एखाद्या हुद्द्यावर तुम्ही पोहोचलात की तुम्हाला सहज काम करायला मिळतं. एक मान्यता असते; पण कला क्षेत्र त्याला अपवाद आहे. इथे तुम्हाला सतत स्वत:ला सिद्ध करावं लागतं की तुम्ही उत्तम काम करताय आणि एखाद-दोन उड्या चुकलात की तुम्ही खाली आपटलातच. तुम्ही लोकांच्याही विस्मरणात जायला वेळ लागत नाही. प्रसादच्या बाबतीत बोलायचं तर तो गेली अनेक वर्षं काम करतोय. माझी आणि त्याची ओळख, मैत्री गेल्या काही वर्षांची. मला त्याच्याबद्दल जाणवलेली गोष्ट म्हणजे तो कामाच्या बाबतीत प्रचंड पॅशनेट आहे.

वीस - पंचवीस वर्षांपूर्वीची गोष्ट आहे. जेव्हा गडकरी रंगायतनच्या कट्ट्यावर बसून चकाट्या एवढाच माझा या क्षेत्राशी संबंध होता; पण या क्षेत्रात काहीतरी करायची इच्छा होती. त्यामुळे एखादी चांगली कलाकृती आली, ज्याला प्रेक्षक गर्दी करतात असं नाटक आलं की आम्ही ते आवर्जून बघायचो. त्या काळात असंच एक नाटक आलं होतं. त्याला प्रेक्षकांचा भरभरून प्रतिसाद मिळाला, त्याचं नाव 'रणांगण'. आपण जेव्हा एखादी अशी कलाकृती बघतो तेव्हा सहसा त्यातल्या काही चांगल्या भूमिका आपल्या स्मरणात राहतात. 'रणांगण'मध्ये अशी नजीब खानची भूमिका पाहून मी फार भारावून गेलो होतो. त्या काळात असं काही वेगळं काम पाहायला मिळालं की मी आवर्जून त्या कलाकाराला भेटायला जायचो. तसंच, या वेळीही मी त्याला भेटायला गेलो आणि त्याचं कौतुक केलं, त्याला दाद दिली. ज्याच्या पहिल्या भूमिकेतच मला आवडला असा तो नट होता प्रसाद ओक.

प्रसाद जे काम करतो त्यात तो कायम त्याचे १०० टक्के नाही तर २०० टक्के देतो. मी ठाण्यात राहतो. त्यामुळे दिघे साहेबांबद्दल चित्रपट होतो आहे हे मला माहिती होतं; पण त्यात दिघे साहेबांची भूमिका नेमकी कोण करणार हे प्रश्नचिन्ह होतं आणि नंतर जेव्हा चित्रपटाचं पोस्टर रिलीज झालं तेव्हा मी अवाक् झालो होतो. क्षणभर मला वाटलं दिघे साहेबच माझ्या समोर अवतरले आहेत.

एखाद्या कलाकाराचं किंवा अभिनेत्याचं रूपांतर व्यक्तिरेखेत होत असताना केवळ मेकअप एवढाच भाग पुरेसा नसतो. अर्थात्, तो

महत्त्वाचा आहेच. ‘धर्मवीर’ चित्रपटाच्या निमित्ताने प्रसादला जो मेकअप किंवा गेटअप करण्यात आला आहे, तो खरंच खूप चांगला आहे; पण तो तेवढ्यापुरताच; पण या भूमिकेत सगळ्यात लक्षात राहिले ते दिघे साहेबांच्या डोळ्यांतले भाव! ते प्रसादला कुठून दिसले, त्याने ते कसे आत्मसात केले मला माहीत नाही; कारण माझ्या मते तो कधी दिघे साहेबांना भेटलेला नसावा. त्यामुळे केवळ व्हिडिओ बघून त्याने दिघे साहेबांच्या डोळ्यांतला भाव त्याच्या अभिनयात उतरवला आहे. पोस्टरमध्ये तो दिसतो, तो फार विलक्षण आहे आणि प्रचंड ताकदीचा आहे. हे भाव आणणं एक अभिनेता म्हणून भयंकर कठीण आणि विस्मयकारक आहे. ‘धर्मवीर’ हा चित्रपट चांगलाच आहे; पण लक्षात राहतो तो प्रसाद ओक आणि त्याने साकारलेले दिघे साहेब.

प्रसादच्या नुसत्या वावरण्याने तो पडदा व्यापून टाकतो. हे फार कठीण असतं आणि अगदी थोड्याच अभिनेत्यांना हे जमतं. अर्थात्, दिघे साहेबांचं व्यक्तिमत्त्व, ती भूमिका मोठी होती; पण त्या भूमिकेचं शिवधनुष्य पेलण्याचं सामर्थ्य प्रसादमध्ये होतं. प्रसादने आजवर ९० पेक्षा अधिक चित्रपट केलेत आणि नंतर त्याला ‘धर्मवीर’सारखा एक टायटल रोल मिळाला; पण असं असलं तरीदेखील ‘रणांगण’ टायटल असलेल्या नाटकातील नजीब खान आम्हाला आजही लक्षात राहतो. या मागे त्याची वीस-पंचवीस वर्षांची मेहनत आहे. प्रसाद, तू ह्यापेक्षाही यशाची उत्तुंग शिखरे पादाक्रांत करावीस यासाठी तूला मन:पूर्वक शुभेच्छा!

संजय मेमाणे

प्रसाद, मला माहितेय की तू एक खूप अफलातून कलाकार आहेस; पण आजवर तुझं कोणतंही काम बघून मला असं वाटलं नव्हतं की हा रोल तुझ्याशिवाय इतर कोणीच करू शकणार नाही. ‘धर्मवीर’ बघून असं वाटलं की आत्तापर्यंत तू केलेल्या कामापैकी हे सर्वोत्तम काम आहे. दिघे साहेबांना न भेटता, प्रत्यक्षात न बघता ज्या पद्धतीने त्यांना पडद्यावर साकारलं आहेस, ते विलक्षण आहे. तू माझा चांगला मित्र आहेस म्हणून मी हे बोलत नाहीये, तर सिनेमा बघून आल्यानंतर यू ट्यूबवर दिघे साहेबांचे जेवढे व्हिडिओज् उपलब्ध आहेत, ते सगळे रात्री

तीन वाजेपर्यंत मी पाहत होतो. त्यातलं तुझ्याकडून काही निसटलं आहे का याचाही शोध घेत होतो; पण मला अशी एकही गोष्ट आढळली नाही. तू नखशिखांत दिघे साहेब उभे केलेस. फक्त काही व्हिडिओज् पाहून या तोडीचं काम करणं निव्वळ अशक्य आहे. सिनेमापेक्षा तुझं काम पाहून, मी या सिनेमाचा भाग का होऊ शकलो नाही याची रुखरुख मला कायम राहील. मित्रा, मिळालेल्या संधीचं तू सोनं केलं आहेस. यापुढे अशाच सुवर्णसंधी तुला मिळत राहोत, याच माझ्या शुभेच्छा!

विनोद तावडे

'मनाच्या कांद्याचं एक साल सोलावं' अशी कवितेची विलक्षण ओळ लिहिणारे 'प्रसाद', त्यांच्या कवितांमधून, बोलण्यातून, वागण्यातून, अभिनयातून, निवेदनातून समजत जातात. अभिनेत्याचं आयुष्य म्हणजे केवळ प्रसिद्धी, यश, पैसा एवढंच नसतं, तर जीवनाकडे, जगण्याकडे, समाजाकडे बघण्याचा त्यांचा दृष्टिकोन आणि सर्वांगीण, सर्वार्थानं व्यक्त होत जाणं हेही तितकंच महत्त्वाचं! नाटकातील संवाद ही रंगमंचावरची गरज असते; पण प्रसाद यांनी स्वतःच्या मनाशी जो संवाद साधला तोही तितकाच महत्त्वाचा!

प्रसाद ओक... आजच्या घडीचं आघाडीचं नाव. त्यांच्या व्यक्तिमत्त्वाचे अनेक पैलू रसिकांना, महाराष्ट्राला उमजत जात आहेत. मोठ्या समारंभांचे, वाहिन्यांच्या कार्यक्रमांचे निवेदक म्हणून प्रसाद यांना ऐकणं, अनुभवणं हा आनंद असतो. जिथं ग्रामीण ढंग हवा, तिथं संवाद, उच्चार, भाव घेऊन निवेदन उलगडत जातं. खरंतर त्यांचं निवेदन हे केवळ निवेदन न राहता कार्यक्रमाच्या उत्सुकतेचा एक भाग बनतं, हे प्रसाद यांचं कौशल्य.

रंगभूमीवरची त्यांची कारकीर्द, दूरदर्शन मालिकांमधील अभिनय, 'वाडा चिरेबंदी,' 'मग्न तळ्याकाठी' यातील संवेदनशील भूमिका, यासोबत त्यांचा जादुई आवाज हीसुद्धा आपल्यासाठी पर्वणीच असते. सारेगमपच्या सेलिब्रेटी पर्वातील त्यांचं यश, 'अंधाराच्या पारंब्यां'मधील स्मरणीय अभिनय, हर्षवर्धन भोगले ही गाजलेली व्यक्तिरेखा, तो विलक्षण अभिनय, ही 'प्रसाद ओक' या अवलिया व्यक्तीची ओळख! राष्ट्रीय पुरस्कार ते फिल्मफेअर पुरस्कार असा प्रवास केलेल्या प्रसाद

यांना त्यांच्या उत्कृष्ट कामाची मिळालेली ती पोचपावतीच आहे.

'धर्मवीर'च्या अपूर्व यशात प्रसाद ओक यांनी आपल्या अभिनय, अभ्यास, कौशल्य आणि जणू आत्म्याचा ठसाच उमटवलेला आहे. स्व. धर्मवीर आनंद दिघे यांची व्यक्तिरेखा साकारताना त्यांची लकब, देहबोली, व्यक्तिमत्त्वाचे कंगोरे या सगळ्याच्या अभ्यासातून पुनः आनंद दिघे अनुभवता आले. या चित्रपटातील अनेक प्रसंग अभिनयाच्या दृष्टीने आव्हानात्मक तर आहेतच; पण संवाद आणि भावना, तो संघर्षाचा काळ, सामाजिक वास्तव, दाहक नजर, तर कधी नजरेतून दिसणारी उत्कट भावना, भूमिका जगणं म्हणजे काय असतं, ते 'धर्मवीर' पाहून जाणवत राहतं.

'हास्यजत्रा' जेव्हा घराघरात सुरू असते तेव्हा हास्याचे फवारे उडणं स्वाभाविकच! पण, हसवता हसवता रसिकांना अंतर्मुख करून जाणं, विनोदाच्या माध्यमातून वर्मावर बोट ठेवणं, सामाजिक विषयांना केवळ स्पर्श न करता, त्यांना थेट भिडणं हे प्रसाद ओक यांचं वैशिष्ट्य! या क्षेत्रातही प्रसाद केवळ परीक्षक राहत नाहीत. इथेही त्यांच्या केवळ एक्स्पर्ट कॉमेन्ट नसतात, तर संवेदनशील शब्दांची पाठीवर थाप देणारी शाबासकी असते... दाद असते.

आता प्रसाद यांना एक विस्तीर्ण आकाश खुणावतं आहे. चित्रपटांचं तंत्रज्ञान, विषय, प्रक्षेपण, सगळं काही बदलत आहे. नव्या पिढीच्या जाणिवा बदलताना या पिढीला चित्रपट, संगीत, काव्य आणि संवेदना याचा सशक्त अनुभव देणं याचीही जबाबदारी ते तितक्याच सृजनशीलतेने, कौशल्याने, आत्मीयतेने पूर्ण करतील; कारण त्यांचं कविमन, अनुभवविश्व, कष्टाची तयारी, अभ्यासाची आवड, तंत्रज्ञानाची जाण, दिग्दर्शन कौशल्य हा ईश्वरी 'प्रसाद' आहे... आपल्या ओंजळीत मिळालेला.

१५ टेलिव्हिजन मालिका, दहा नाटके, ३० ते ३५ चित्रपट आणि चार चित्रपटांचं दिग्दर्शन अशी भरारी घेऊन प्रसाद ओक यांनी यशाच्या शिखरावर उत्तरोत्तर असंच पुढे जात राहावं... या त्यांना माझ्या मन:पूर्वक शुभेच्छा

माजी सांस्कृतिक कार्य मंत्री, महाराष्ट्र राज्य

(सन २०१४-२०१९)

प्रवीण तरडे

धर्मवीर आनंद दिघे हे महाराष्ट्राला परिचित असलेलं नाव. त्यांच्यावरच्या चरित्रपटाची संकल्पना माझा मित्र मंगेश देसाईला सुचली आणि त्याने या चित्रपटाच्या दिग्दर्शन, लेखन, संवाद आणि पटकथालेखनाची जबाबदारी माझ्यावर सोपवली. ज्या माणसाच्या ५० वर्षांच्या आयुष्यात इतक्या घडामोडी घडलेल्या आहेत, इतकी नाट्यमय वळणं आलेली आहेत, त्या माणसाच्या जीवनावर आधारित सिनेमा लिहिणं हे जिकिरीचं काम होतंच; पण त्याहून जास्त एक प्रश्न मला भंडावून सोडत होता, तो म्हणजे 'आनंद दिघे' साकारणार कोण? एक गोष्ट मला कळत होती की मी कितीही जीव ओतून सिनेमा लिहिला तरी जोवर हुबेहूब आनंद दिघे सापडत नाहीत तोवर या सिनेमात जान येणार नाही. हा विचार मला झोपू देत नव्हता, स्वस्थ बसू देत नव्हता. एकीकडे कागदावर सिनेमा आकार घेत होता; पण डोळ्यांसमोर असा एकही चेहरा येत नव्हता जो आनंद दिघेंचं व्यक्तिमत्त्व पेलवू शकला असता.

अशात एक दिवस विनोद वनवे माझ्याकडे एक फोटो घेऊन आला आणि मला विचारलं, 'हा फोटो पाहून काय वाटतंय?' मी त्या फोटोकडे पाहिलं आणि म्हणालो, 'अरे, हा आनंद दिघेंचा छान फोटो आहे.' त्यावर विनोद हसून म्हणाला, 'सर, आनंद दिघे नाहीत. हा एक अभिनेता आहे, ज्याला आम्ही दाढी-मिशा लावल्यात. तुमचा जवळचा मित्र आहे. नीट पाहिलं तर लक्षात येईल.' मी हातातलं काम बाजूला ठेवलं आणि फोटो निरखून पाहिला आणि स्वत:लाच विचारलं की 'प्रसादचं नाव का नाही आठवलं?' प्रसादचं काम मी कॉलेजमध्ये असल्यापासून पाहतोय, त्यामुळे ऑडिशन घेण्याची गरजच नव्हती. गरजेची होती ती लुक टेस्ट; कारण दिघे साहेबांसारखं दिसणं गरजेचं होतं आणि प्रसाद तसाच दिसला. जे माझ्या मनात होतं, ते प्रसादच्या रूपाने मला डोळ्यासमोर दिसलं.

माझ्यासमोर आणखी एक महत्त्वाची जबाबदारी होती, ती म्हणजे प्रसादसारख्या एका राष्ट्रीय पुरस्कार विजेत्या दिग्दर्शकाला, एका प्रयोगशील दिग्दर्शकाला सीन सांगायचे होते; पण प्रसाद हा इतका समंजस अभिनेता आहे की एखादी गोष्ट जी मला अपेक्षित होती, ती मी सांगायच्या आधीच प्रसाद करून टाकायचा. एका दिग्दर्शकाला नेमकं

काय अपेक्षित आहे हे 'या हृदयीचे त्या हृदयी' पोहोचत होतं आणि प्रसाद ते अमलात आणत होता. प्रसादने आनंद दिघेंच्या व्यक्तिमत्त्वातील सूक्ष्मातल्या सूक्ष्म गोष्टी टिपलेल्या आहेत. या भूमिकेसाठी त्याने स्वत:मध्ये आमूलाग्र बदल घडवून आणले. वजन कमी करण्याचं ध्येय अपेक्षित दिवसांत, माझ्या अपेक्षेपेक्षाही उत्तमरीत्या त्याने साध्य केलं.

एक अभिनेता म्हणून प्रसाद रोज माझ्यासमोर नव्याने उभा असायचा. रोज शूट होणाऱ्या प्रसंगांबद्दल त्याच्या मनात प्रश्न असायचे. इतके वर्षांचा अनुभव असूनही गेटअपमध्ये आल्यावर प्रसाद छोट्या छोट्या गोष्टी विचारून घ्यायचा. प्रत्येक सीनचा स्वभाव आणि भाव वेगळा असायचा. तो जोपर्यंत आत्मसात होत नाही, तोवर प्रसाद प्रश्न विचारत राहायचा आणि त्याच्या याच जिज्ञासेचं मला कायम कौतुक वाटायचं. परकाया प्रवेश करणारा अभिनेता जेव्हा तुमच्यासमोर असतो तेव्हा तुमचं काम सोपं होतं. प्रसादने माझं काम खूप सोपं केलं. मी एका कार्यक्रमात बोललो होतो, की 'प्रसादसारखा नट मिळायलाही भाग्य लागतं.' तो स्वत: दिग्दर्शक असल्याने, माझ्यासमोरच्या समस्या त्याला कळत होत्या. एखादी गोष्ट मी त्याला ३०-४० सेकंदांमध्ये समजावली तरी तो ती एखाद्या स्पंजसारखी आत्मसात करायचा.

सलग तीन दिवस, चार रात्र त्याने न झोपता आणि न थकता काम केलेलं मी पाहिलंय; पण या सगळ्या धावपळीत मी कधीच त्याला चिडलेलं, थकलेलं, कंटाळलेलं पाहिलेलं नाही. त्याचा उत्साह, कॅमेऱ्यासमोर आल्यानंतर भूमिकेशी एकरूप होणं यात तसूभरही बदल जाणवला नाही. त्याच्या चेहऱ्यावर मी कायम हसू पाहिलंय.

सिनेमाचं चित्रीकरण सुरू असताना अनेक लोकांना मी त्याच्या पायांवर लोटांगण घालताना पाहिलंय. साक्षात मा. एकनाथ शिंदे स्वत:ला रोखू शकले नव्हते. सिनेमा प्रदर्शित होण्यापूर्वी प्रसादला अमाप प्रसिद्धी मिळत होती; पण ही प्रसिद्धी, लोकांचं ते प्रेम प्रसादने फार प्रगल्भतेने आणि संयतपणे हाताळलं. त्याचे पाय कायम जमिनीवर होते आणि आता सिनेमाला एवढं यश मिळाल्यानंतरही त्याच्या वागण्या-बोलण्यात कोणताच फरक झालेला नाही. आजही तो आमचा 'पश्याच' आहे.

एखादा प्रसंग प्रसाद इतक्या तन्मयतेने आणि आत्मीयतेने करायचा

की अनेकदा प्रसंग पूर्ण झाल्यानंतरही मी 'कट' म्हणायला विसरून गेलोय. प्रसाद भूमिकेशी इतका एकरूप व्हायचा की मी माझी दिग्दर्शकाची भूमिका विसरून जायचो. गुरुपौर्णिमेच्या गाण्यात तुझे पाय धुणं तुला पटतं नव्हतं, तुला अवघडल्यासारखं वाटतं होतं. सीनचं शूटिंग सुरू झालं. तुझे पाय धुतले जात होते, तेव्हा तुझ्या डोळ्यांत पाणी होतं. ते आपोआप उभं राहिलं होतं. संवेदनशील अभिनेत्याला आयड्रॉपची गरज नसते, हे तुझ्याकडे पाहून समजलं. प्रसाद, मित्रा, तुझ्यासोबत काम करण्याचा माझा अनुभव अविस्मरणीय आहे. आता इच्छा एवढीच आहे, माझ्या दिग्दर्शनाखाली तू एक अभिनेता म्हणून काम केलंस. मीसुद्धा एक अभिनेता आहे, त्यामुळे आता मला तू दिग्दर्शित केलेल्या सिनेमात काम करण्याची इच्छा आहे.

प्रसाद, तू खूप संवेदनशील आहेस. हीच संवेदनशीलता तुझी ताकद आहे. एखाद्या गोष्टीत तू पट्कन गुंततोस, मग ते प्राणी असोत, माणसं असोत, भूमिका असो, काम असो... तू असाच गुंतत राहा. गुंतत जाणं ही प्रेमाचीच एक पायरी आहे. जितका तू गुंतत जाशील तुझ्या समोरची भूमिका तुझ्यावर तेवढंच प्रेम करेल. धर्मवीर आनंद दिघेंच्या भूमिकेसाठी तू केलेल्या प्रामाणिक प्रयत्नांचे आज असंख्य साक्षीदार आहेत. तुझ्या याच प्रयत्नांना दिघे साहेबांनीसुद्धा आशीर्वाद दिले असतील आणि म्हणूनच हे आव्हान तू लीलया पेललंस. तुझ्या पुढच्या वाटचालीसाठी खूप शुभेच्छा... आता मागे वळून पाहू नकोस.

मंगेश देसाई

प्रिय प्रसाद,

आपला 'धर्मवीर मुक्काम पोस्ट ठाणे' हा सिनेमा प्रदर्शित झाला आणि प्रसाद ओक या नावाने माझ्यासकट अवघ्या महाराष्ट्रावर जादू केली आहे. मला आजही तो दिवस आठवतोय जेव्हा सिनेमाचा पहिला टीझर प्रदर्शित झाला. त्या दिवशी बसस्टॉपपासून ट्रेनच्या डब्यापर्यंत सगळीकडे 'धर्मवीर'ची चर्चा होती आणि त्या चर्चेत प्रत्येकाच्या ओठी एकच नाव होतं...प्रसाद ओक. आज जेव्हा मी मागे वळून पाहतो तेव्हा मला जाणवतं की या सिनेमासाठी तुझं नाव समोर आलंच नसतं, तर हा सिनेमा घडलाच नसता. पडद्यावर स्वतःचं संपूर्ण अस्तित्व पुसून

टाकत केवळ लोकांच्या मनातलं व्यक्तिमत्त्व साकारणं कोणत्याही नटासाठी सोपं नसतं; पण हे असाध्य काम तू साध्य केलंस. एखाद्या भूमिकेचा अभ्यास कसा करायचा याचा आदर्श तू घालून दिलास.

प्रसाद, आपली ओळख 'धर्मवीर' सिनेमाच्याही खूप आधीची. तू पुण्याहून आणि मी औरंगाबादहून एकाचवेळी नशीब आजमावण्यासाठी मुंबईत आलो. प्रसाद, तुझं प्रत्येक काम मी पाहिलंय. तुझ्या कामातली सहजता, झपाटून काम करण्याची तुझी पद्धत मला कायमच वेड लावते. माझा अनुभव असं सांगतो की तुमच्याकडे कितीही गुणवत्ता असली तरी त्या गुणवत्तेला नशिबाची साथ लागते. प्रसाद, जेव्हा मी तुला हास्यजत्रेच्या परीक्षकाच्या खुर्चीत पाहायचो तेव्हा मला त्याचं कौतुक वाटायचं; कारण परीक्षकाच्या भूमिकेतून तू करत असलेली टिप्पणी खूप मार्गदर्शक वाटते, त्यामागचा तुझा अनुभव सतत दिसत राहतो; पण त्याचवेळी असंही वाटायचं की प्रसादने त्या खुर्चीत बसण्यासोबतच आता धावायलाही हवं. स्वतःला अधिकाधिक आजमावायला हवं, स्वतःला आव्हान द्यायला हवं....हाच विचार माझ्या डोक्यात सुरू असताना 'धर्मवीर'साठी तुझी निवड झाली.

मित्रा, तसं पाहायला गेलं तर मी फक्त निमित्तमात्र आहे. मला असं वाटतं की आमच्यापेक्षासुद्धा साक्षात दिघे साहेबांचीच ही इच्छा होती की त्यांची भूमिका तू साकारावीस. तुला माहिती असेल, ही भूमिका करण्याची अनेकांची इच्छा होती, अनेकजण त्यासाठी आग्रही होते; पण काही भूमिका अशा असतात, ज्या स्वतः अभिनेत्याची निवड करतात. तुझ्या वाट्याला आलेली ही भूमिका त्यातलीच एक. इथे आमच्यापैकी कोणी तुझी निवड करण्यापेक्षा साक्षात् भूमिकेने तुझी निवड केली होती. मला वाटतं एखाद्या अभिनेत्यासाठी यापेक्षा आणखी मोठा कोणता आशीर्वाद नसेल.

आजही मला अनेक जण भेटतात तेव्हा सांगतात, की संपूर्ण सिनेमात आम्हाला फक्त आणि फक्त आनंद दिघे दिसले. प्रसादजींमुळे आम्हाला दिघे साहेबांच्या भेटीचा आनंद मिळाला, तेव्हा माझा ऊर अभिमानाने भरून येतो. सिनेमा यशस्वी झाला, ब्लॉकबस्टर झाला म्हणून मी तुझं कौतुक करतोय अशातला भाग नाही. तुझं मला पहिल्यापासूनच कौतुक आहे. फक्त ते असं जाहीर करता येत नव्हतं.

‘धर्मवीर’च्या निमित्ताने ती संधी मला मिळाली. प्रसाद, तू भूमिकेचा अभ्यास कसा केलास हे तूच जाणतोस; पण एक नक्की सांगेन की तू जर इथे नसतास, तर मात्र गडबड झाली असती. प्रसाद, तू मला म्हणाला होतास की ९५ सिनेमे केल्यानंतर तुझ्या वाट्याला ही भूमिका आली. मित्रा, काही सिनेमे आपल्याला असं काही देऊन जातात, की आयुष्य सार्थकी लागतं. ‘धर्मवीर’ हा तुझ्या आयुष्यातला असाच टप्पा आहे; पण आता इथे थांबू नकोस, आता घोडदौड अशीच सुरू राहू दे. येत्या काळात तुझ्या वाट्याला अनेक उत्तम भूमिका येतील, त्या तू प्राणपणाने निभावशील याची मला पूर्ण खात्री आहे; पण तरीही तुझ्या सकस अभिनयाचा पुरावा म्हणून ‘धर्मवीर’चं स्थान माझ्या मनात कायम वरचंच राहील. तुझ्या पुढच्या प्रवासासाठी मनापासून शुभेच्छा मित्रा. इथून पुढचं प्रत्येक पाऊल तुला यशोशिखरावर घेऊन जाईल याची मला खात्री आहे.

तुझा मित्र,
मंगेश देसाई